பாரி வேள்

கி.வா. ஜகந்நாதன்

நற்றிணை பதிப்பகம்

பாரி வேள் * கி.வா. ஜகந்நாதன் * முதல் பதிப்பு: அக்டோபர் 2023 * வெளியீடு: நற்றிணை பதிப்பகம் (பி) லிமிடெட் * எண். 136, தரைத்தளம், சோழன் தெரு, ஆழ்வார்திருநகர், சென்னை–600 087.

* மின்னஞ்சல் : natrinaipathippagam@gmail.com
* கைபேசி : 94861 77208
* தொலைபேசி : 044 – 4273 2141
* அச்சாக்கம் : துர்கா பிரிண்டர்ஸ், சென்னை – 600 005.

முன்னுரை

சங்கப் பாடல்களின் வாயிலாகப் பல புலவர்களையும் புரவலர்களையும் நாம் தெரிந்துகொள்ளுகிறோம். சிந்தனைச் செல்வமும் கற்பனை வளமும் படைத்த புலவர்கள் பண்பிலே சிறந்த சான்றோர்களாகவும் விளங்கினார்கள். அதனால் பண்புடைய மக்களை அணுகி அவர்களுடைய இயல்புகளைக் கண்டு மகிழ்ந்து பாராட்டினார்கள். அவர்களுடைய பாராட்டைப் பெற்ற குரிசில்கள் இறந்தும் இறவாதவர்களாகப் புகழுடம்புடன் விளங்குகிறார்கள். அவர்களுக்குள் சிறந்தவர்களாக ஏழு பேரைத் தமிழிலக்கியம் எடுத்துச் சொல்கிறது. ஏழு வள்ளல்கள் என்று அவர்களை ஒருங்கே சொல்வது மரபாகிவிட்டது. பிற்காலத்தில் வேறு இரண்டு வள்ளல் வரிசைகளைப் புராணங்களிலிருந்து எடுத்துக் கோத்துவிட்டதனால் இவர்களைக் கடையெழு வள்ளல்கள் என்று சொல்லும் வழக்கம் ஏற்பட்டது. ஆனால் இந்த ஏழு வள்ளல்களே சரித்திர புருஷர்கள்: இவர்களுடைய வரலாற்றுக்கு இலக்கிய ஆதாரங்கள் இருக்கின்றன.

இந்த ஏழு வள்ளல்களிலும் தலைசிறந்தவன் பாரிவேள். இன்று பிரான்மலை என்று வழங்கும் பறம்பு மலையில் வாழ்ந்தவன் அவன். புலவர் பெருமக்களில் சிறந்த கபிலரும் பாரியும் ஆருயிர் நண்பர்கள். கபிலருடைய பாட்டுக்களால்தான் பாரி இன்றும் வாழ்கிறான். அவனுடைய வரலாற்றைத் தெரிந்துகொள்ளப் புறநானூற்றிலுள்ள பல பாடல்களும் சில தனிப்பாடல்களும் உதவியாக இருக்கின்றன. இந்தப் புத்தகத்தில் உள்ள வரலாறு பெரும்பாலும் சங்கநூற் செய்யுட்களை அடிப்படையாகக் கொண்டு உருவாக்கப்பெற்றது. கற்பனையினால் நிகழ்ச்சிகளை விரித்து, உரையாடலைக் கூட்டி, வரலாற்றைத் தொடர்புடையதாக்கி இருக்கிறேன். பாரியின் பண்புகளையும் கபிலருடைய உணர்ச்சிகளையும் படிப்பவர்கள் உள்ளத்தில் பதியச் செய்யவேண்டுமென்பது என் ஆசை. அது எம் மட்டில் நிறைவேறியிருக்கிறதென்பதை இதைப் படிக்கும் அன்பர்கள்தாம் சொல்ல வேண்டும்.

கி.வா. ஜகந்நாதன்
மயிலாப்பூர்
14.11.54

பொருளடக்கம்

1. பறம்பு மலை — 7
2. கபிலர் வருகை — 11
3. கபிலர் நட்பு — 16
4. முல்லைக்குத் தேர் — 19
5. முதல் இடம் — 24
6. கபிலர் பாட்டு — 27
7. மணம் மறுத்தல் — 32
8. முற்றுகை — 36
9. வெற்றி — 43
10. வஞ்சச் செயல் — 48
11. துயர் வெள்ளம் — 53
12. மண முயற்சி — 59
13. கபிலர் மறைவு — 64
14. திருமணம் — 68

15. புறநானூற்றில் வேள்பாரி பற்றிய கபிலர் பாடல்கள்	71
16. ஒளவை – அங்கவை – சங்கவை	90
17. ஏழு வள்ளல்கள்	93
18. பேகன்	97
19. அதிகமான்	104
20. காரி	113
21. ஓரி	117
22. ஆய்	120
23. நள்ளி	125

பறம்பு மலை

காற்று இனிமையாக வீசுகிறது. மரங்களில் மலர்கள் விரிந்து மணக்கின்றன. அந்த மணத்தைத் தாங்கிக்கொண்டு, தான் பெற்ற செல்வத்தைப் பிறருக்கும் அளிக்கும் வள்ளலைப்போல எங்கும் பரப்புகின்றது காற்று. கிளிகள் கீச்சுக் கீச்சென்று கத்துகின்றன. குயில்கள் கூவுகின்றன.

அடர்ந்த காடுதான் இது. ஆனாலும் மனிதர் இயங்கும்படி இடையிடையே வழிகள் இருக்கின்றன. எங்கே பார்த்தாலும் பலா மரங்கள். கனிந்த பழங்கள் வெடித்து அவற்றிலிருந்து சாறு வழிந்து ஓடுகிறது. அந்தப் பழத்தைக் கண்டு தொட்டுத் தொட்டுப் பார்க்கிறது ஒரு குரங்கு. தொட்ட விரலை நாவில் வைத்துக் கொள்கிறது. ஆ! அது குதிக்கிறதைப் பார்த்தால் அதற்குள்ள மகிழ்ச்சி நன்றாகப் புலனாகிறது. தன் கையால் பலாப்பழத்தின் வெடிப்பைப் பிளந்து கனிந்த சுளைகளை எடுத்துத் தின்கிறது. இப்போது அது கண்ணை மூடிக்கொண்டபடியே பலாப்பழத்தின் சுவையை அனுபவிக்கிறது!

எங்கே பார்த்தாலும் சுனைகள்; பெரியனவும் சிறியனவுமாகப் பல சுனைகள் இருக்கின்றன. கண்ணாடியைப் போலத் தெள்ளத் தெளிந்த நீர் நிறைந்த சுனைகள் அவை. பெரிய சுனைகளில் குவளை மலர்கள் மலர்ந்திருக்கின்றன.

சில இடங்களில் மூங்கில்கள் அடர்ந்து வளர்ந்திருக்கின்றன. மூங்கிற்காடு என்றே சொல்ல வேண்டும். பல காலமாக வளர்ந்தவை யாதலால் வானுறவோங்கி நிற்கின்றன. பல மூங்கில்களில் நெல்லைக் காணலாம்.

இயற்கைத் தேவி தன்னுடைய எழில் தலங்களை வஞ்சகமின்றி வாரி வழங்கியிருக்கும் இடம் இது. மலையின்மேல் உள்ள விரிவான பரப்பில் இந்தக் காட்சிகளைக் காண்கிறோம். மலைச்சாரல்களிலோ கண்ணைக் கவரும் வேறு பல காட்சிகள் உள்ளன. அங்கங்கே காட்டை அழித்துத் தினையை விதைத்து அந்நிலத்து மக்கள் பயிர் பண்ணியிருக்கின்றனர். ஒரு சாரர் வரகை விதைத்துப் பயிர் செய் கின்றனர். தினைக் கொல்லையினூடே அவரையையும் மொச்சை யையும் போட்டுக் கொடிகளை ஓடவிட்டிருக்கின்றனர். சில இடங் களில் எள்ளுச்செடிகள் தளதளவென்று வளர்ந்திருக்கின்றன.

சலசலவென்று ஓடும் அருவிகள் சில இம் மலைச்சாரலை அழகு செய்கின்றன. மழைக்குப் பஞ்சமே இல்லாத இந்த மலையில் அருவியில் ஒரு கணமாவது நீர் குறைவதில்லை. நெடுந்தூரத்திலிருந்து பார்க்கிறவர்களுக்கு இவ்வருவிகள் மெல்லிய துகில் அசைவது போலத் தோன்றும்.

இதுதான் பறம்பு மலை; குறிஞ்சி நிலத்துக்குரிய வளப்பம் அனைத்தும் குறைவின்றி நிறைந்து விளங்கும் மலை; தமிழ்ப் புலவர்களின் பாடல்களில் என்றும் மாயாமல் வாழும் பாரி வேளின் மலை.

எளிதில் உணவுப் பொருள்கள் இங்கே கிடைக்குமானாலும் இங்குள்ள மக்கள் சோம்பல் இல்லாமல் பல தொழிலும் செய்வார் கள். தினையை விதைத்துப் பயிர் செய்து பாதுகாப்பது, வரகு, எள் முதலியவற்றை விளைப்பது, பலாப்பழங்களைக் கொண்டுவந்து அவற்றிலுள்ள கொட்டைகளை எடுத்து மாவாக்குவது முதலிய செயல்களில் ஈடுபடுவார்கள். மலைக்குக் கீழே உள்ள ஊர்களுக்கு மலையில் விளையும் பண்டங்களாகிய சந்தனம், தேன் முதலிய வற்றைக் கொண்டுபோய் விற்றுவிட்டு, நெல், உப்பு முதலிய பண்டங் களை வாங்கி வருவார்கள்.

பறம்பு மலையின் நடுவில் மக்கள் வாழும் ஊர் இருந்தது. அதன் நடுவே இறைவன் திருக்கோயில் ஒன்று உண்டு. பாரி வேள் அவ்விடத்தில் அரண்மனை கட்டி வாழ்ந்து வந்தான். தனக்கு வேண்டிய அளவுக்கு ஒரு சிறு மாளிகை கட்டிக்கொண்டு அதில் இருந்து வந்தான். அவனுடைய வீரமும் கொடையும் தமிழ்நாடு முழுவதும் அறிந்தவை. ஆதலால் நாள்தோறும் பல இடங்களிலிருந்து அவனைப் பார்க்கப் புலவர் பெருமக்கள் வந்து செல்வார்கள்.

பாண்டி நாட்டில் இன்று பிரான்மலை என்ற பெயரோடு விளங்கும் மலையே பாரி வாழ்ந்திருந்த பறம்பு மலை. சேர நாட்டி லிருந்தும் சோழ நாட்டிலிருந்தும் பாண்டி நாட்டிலிருந்தும் பல புலவர்கள் ஆறுகள் கடலை நோக்கி வருவதுபோல வந்துகொண்டே இருப்பார்கள். பாரி முடியுடை மன்னர்களாகிய சேர சோழ பாண்டிய மன்னர்களைப் போன்றவன் அல்லன். அவன் ஆட்சியின் கீழ்ச் சோழ நாட்டைப் போன்ற பெரிய மண்டலம் அமைந்திருக்க வில்லை. அவன் குறுநில மன்னர்களில் ஒருவன். அக்காலத்தில் தமிழ்நாட்டில் குறுநில மன்னர் பலர் இருந்தனர்; சிறு சிறு நாடு களைத் தங்களுடைய ஆட்சி நிலமாகக் கொண்டு வாழ்ந்து வந்தனர். அவர்களை வேளிர் என்று சொல்லுவார்கள். அவர்கள் கோட்டை, நாடு, நகரம், மலை முதலியவற்றை உடையவராக இருந்தாலும்

பெரிய நிலப்பரப்பை ஆட்சி புரியாமையால் குறுநில மன்னர்களாக இருந்தார்கள். பிற்காலத்தில் ஜமீன்தார் என்ற பெயர் வழங்கியவர்களைப் போன்றவர்கள் அவர்கள் என்று சொல்லலாம்.

பாரி அத்தகைய வேளிருக்குள் ஒருவன். அவனைப்போல ஆய், காரி முதலியவர்கள் தமிழ்நாட்டில் இருந்தார்கள். பாரியின் ஆட்சிக்கு உட்பட்ட நாட்டுக்குப் பறம்பு நாடு என்று பெயர் வழங்கியது. முந்நூறு ஊர்களை உடைய அந்த நாட்டினிடையே உயர்ந்து ஓங்கி நின்றது பறம்பு மலை. அந்த மலையின் மீதே வாழ்ந்தான் பாரி. மலையின்கீழ் உள்ள ஊர்களுக்கும் வந்து சில முறை தங்குவான். புலவரை எதிர்கொண்டழைக்க மலையை விட்டு வருவதும் உண்டு.

தன்னை நாடி வந்த புலவர்களுக்குப் பாரி நல்கும் பொருள்களுக்கு எல்லை இல்லை. தேர் கொடுப்பான்; குதிரை கொடுப்பான்; ஊர் கொடுப்பான். பாணர்களுக்குத் துகிலும் பட்டும் அளிப்பதோடு பொன்னாற் செய்த பூவை அளிப்பான். அக்காலத்தில் இது தமிழ்நாட்டில் இருந்து வந்த வழக்கம். பொற்பூவைப் பெற்று மகிழ்ந்தார்கள் பாணர்கள். பாணர்களோடு வரும் விறலியர்கள் ஆடிப் பாடி இன்புறுத்துவார்கள். அவர்களுக்குப் பொன்னாலான அணிகலன்களை வழங்குவான் பாரி. கூத்தில் வல்ல கூத்தர் வருவர். அவர்களும் பலவகைப் பரிசிலைப்பெற்றுச் செல்வார்கள்.

புலவர், பாணர், விறலியர், கூத்தர் ஆகிய கலைஞர்கள் எப்போதும் ஊர் ஊராகச் சென்று கொண்டே இருப்பார்கள். எங்கே பழம் கிடைக்கும் என்று தேடிச் செல்லும் பறவைகளைப் போலவும், தேன் உள்ள மலர்களை நாடிப் பறந்து போகும் வண்டுகளைப் போலவும் கலை நயம் தெரிந்து பாராட்டிப் பரிசு அளிக்கும் வள்ளல் எங்கே இருக்கிறான் என்று ஆராய்ந்து தேடி நாடிச் செல்லும் இயல்புடையவர்கள் அவர்கள். யாரேனும் ஒரு வள்ளலை அணுகி அவனிடம் பரிசு பெற்றால் அவன் பெருமையைப் பாராட்டுவார்கள். புலவர்கள் இனிய பாடல்களால் புகழ்வார்கள். தம்மை ஒத்த கலைஞர்கள் எதிர்ப்பட்டால் அவர்களிடம் அந்த வள்ளலின் பெருமையை எடுத்துச்சொல்லி, “நீங்களும் அங்கே போங்கள்; உங்களுக்குப் பரிசு கிடைக்கும்” என்று தூண்டுவார்கள்.

வெறும் பரிசைக் கருதி மாத்திரம் அவர்கள் ஒருவரை அணுகுவதில்லை. தம்முடைய கலைத் திறத்தை நன்கு உணர்ந்து நுகர்ந்து இன்புற்றுப் பரிசில் வழங்குபவரையே அவர்கள் அணுகினார்கள். கலையின் தரத்தை உணரும் வள்ளல்களையே அவர்கள் நாடினார்

கள். வரிசை அறியாத பேய்க் கொடையாளர்களிடம் அவர்களுக்கு மதிப்பு உண்டாவதில்லை,

பாரி வரிசை அறிந்து வழங்கும் வள்ளல். புலவர் பெருமக்களின் பொற்பை உணர்ந்து போற்றும் இயல்பும் புலமையும் உடையவன். பாணர்களின் இசையில் தன்னை மறந்து நிற்கும் பண்புடையவன். கூத்தின் வகையையும் குறிப்பையும் நன்குணர்ந்து களிக்கும் கோமான். ஆகையால் அவனிடம் வரும் புலவரும், பாணரும், விறலியரும், கூத்தரும் நாளுக்கு நாள் மிகுதியாயினர். அவனுடைய ஈகையையும் வீரத்தையும் பிற நற்பண்புகளையும் கூறும் பாடல்கள் பல எழுந்தன. அவன் புகழ் தமிழ்நாடு முழுவதும் பரவி அதற்கப்பாலும் செல்ல லாயிற்று.

✹

கபிலர் வருகை

பாரியின் புகழைக் கேள்வியுற்ற புலவர்கள் அவனிடம் வந்து அவனுடைய உபசாரங்களைப் பெற்றுச் சிலநாள் அவனிடம் தங்கினர். எத்தனை நாள் தங்கினாலும் சிறிதும் சலிப்பின்றி ஒரு நாளைப்போலவே என்றும் மாறாத அன்பு காட்டி விருந்துணவு அளித்துப் பாராட்டினான் பாரி. இனிய தமிழ்ப் பாக்களைப் புலவர்களின் வாயிலாகக் கேட்டு மகிழ்ந்தான். இடையிடையே அவன் கூறிய கருத்துகள் அவனுடைய நுட்பமான அறிவையும் விரிந்த புலமையையும் வெளிப்படுத்தின. பல நாட்டுப் புலவர்களோடு பழகி அவர்களுடைய கவிதைகளையும் தமிழ்ச் சுவை ததும்பும் உரைகளையும் செவி மடுப்பதையே பொழுதுபோக்காகப் பெற்ற அந்த வேளுக்கு விரிந்த புலமை அமைவது வியப்பு ஆகுமா? அறிவுடைய ஒருவனுடன் பழகுவதென்றால் புலவர்களுக்கு விருப்பம் மிகுதி. இடம் தெரிந்து உவக்கும் இயல்புடையவனென்றால் அவர்களுக்கு அவனே தெய்வம். வரிசையறிந்து பரிசில் நல்குபவனாக இருந்துவிட்டாலோ, அவன் வாழும் இடமே அவர்களுக்குச் சொந்தமாகிவிடும். பாரி அறிவிற் சிறந்தவன்; சுவையுணர்ந்து பாராட்டுவதில் சிறிதும் உலோபம் இல்லாதவன்; வரிசையறிந்து பொருள் வழங்குவதில் எல்லா வள்ளல்களையும் விடச் சிறந்தவன். இத்தகையவனிடம் புலவர்கள் வந்து மொய்ப்பது இயல்புதானே?

மதுரை மாநகரில் பாண்டியனுடைய ஆதரவில் தமிழ்ச் சங்கம் நடைபெற்று வந்தது. அங்கே புலவர் பலர் இருந்து தமிழாராய்ச்சி செய்து வந்தனர். அவர்களுக்குள் தலைவராக இருந்தவர் கபிலர். பாண்டியனுடைய பெருமதிப்பைப் பெற்றவர் அவர். புலவர்களும் அவரைத் தம் தலைவராக ஏற்றுக்கொண்டு வழிபட்டனர். அதற்குக் காரணம் கபிலர் இணையற்ற புலமையுடைவர் என்பது மாத்திரம் அன்று. அவருடைய சிறந்த பண்புகளும் அவரைச் சிறந்தவராகச் செய்தன. "புலன் அழுக்கற்ற அந்தணாளன்" என்று புலவர்கள் அவரைப் போற்றினர். அவர் பொய் பேசாத புனித இயல்பினர். அவர் ஒருவரைப் பாடினால் பாடப் பெற்றவர் தமிழ்நாட்டின் பெரு மதிப்புக்கு உரியவராவார். ஒழுக்கத்தில் சிறந்து, அன்பில்

ஓங்கி, புலமையில் வீறு பெற்று, அருள் நிரம்பி விளங்கிய கபிலர் புலவர் குழுவாகிய நட்சத்திரக் கூட்டத்தில் சந்திரனைப்போல ஒளிர்ந்தார்; பல மலர்களிடையே உயர்ந்து தோன்றும் தாமரை மலரைப்போல விளங்கினார்.

அவர் எளிதில் யாரையும் போய்ப் பார்ப்பதில்லை. அவரை விரும்பி யாரேனும் அவர் இருக்குமிடத்துக்கு வந்து பார்த்தால் அன்புடன் அளவளாவுவார். வற்புறுத்தி அழைத்துச் சென்றால் உடன் சென்று சின்னாள் தங்கி மீண்டும் மதுரைக்கு வந்துவிடுவார்.

இவ்வாறு தம்முடைய புகழைப் பரப்பி விளங்கிய கபிலரைப் பற்றிய செய்திகளைத் தன்னிடம் வந்த புலவர்கள் வாயிலாகப் பாரிவேள் அறிந்தான். அவரைக் கண்டு வணங்கி அளவளாவி இன்புறவேண்டும் என்ற ஆர்வம் அவனுக்கு உண்டாயிற்று. பாரியினிடம் சென்று வந்த புலவர்கள் அவனுடைய பெருமையைப் பல படியாக எடுத்துச் சொன்னார்கள். அதைக் கபிலர் கேட்டார். அத்தகைய வள்ளலைக் காணவேண்டும் என்ற ஆவல் அப் புலவர் பிரானுக்கும் உண்டாயிற்று.

ஒருநாள் பாரிவேள் தக்க பெரியார் ஒருவரை மதுரைக்கு அனுப்பினான். கபிலரிடம் சென்று தன்னுடைய விருப்பத்தைத் தெரிவிக்கும்படி சொல்லி விடுத்தான். அவர் கபிலரை அணுகிப் பாரியின் ஆர்வத்தை எடுத்துரைத்தார். "புலவர் பலரைக் கண்டு அளவளாவி மகிழும் பேறு எங்கள் மன்னருக்குக் கிடைத்திருக்கிறது. புலவர் வாராத நாளை இழவு நாளாக எண்ணுபவர் அவர். எப்போதும் புலவர் கூட்டத்திடையே இருந்து அவர்களுடைய தமிழ்ச்சுவை செறிந்த பாடல்களிலும் உரைகளிலும் மூழ்கித் திளைப்பவர். இவ்வளவு இருந்தும் அவருக்குத் திருப்தி உண்டாக வில்லை. வானத்தில் மீன்கள் எல்லாம் சுடர்விட்டு விளங்கினால் என்ன? திங்கள் தோன்றி ஒளிவிட்டால்தான் என்ன? வீடுதோறும் பல விளக்குகளை ஏற்றினால் என்ன? கதிரவன் வானில் ஒளி விடுவதற்கு ஒப்பாகுமா? புலவர்களுக்குள் கதிரவனைப் போல் விளங்கும் தங்களுடைய சந்திப்பு கிடைக்காததை எண்ணி எங்கள் மன்னர் வாடுகிறார். நாளுக்கு நாள் தங்களைப் பற்றிய செய்திகள் அவர் காதில் மிகுதியாக விழுந்துகொண்டே இருக்கின்றன. அவற்றைக் கேட்க மன்னருடைய ஆவல் தீப்போலக் கொழுந்து விட்டுப் படர்கிறது. உலகம் புகழும் மதுரை மாநகரில் இருந்து விளங்கும் தங்களுக்கு எங்கள் ஊர் ஊராகவே தோன்றாது. தமிழை வழிவழியே புரந்துவரும் பாண்டிய மன்னனோடு பழகும் தங்களுக்குக் குறுநில மன்னர்கள் பொருளாகத் தோன்றமாட்டார்கள். ஆயினும் உண்மையான ஆர்வமுடைய ஒருவர் பேரன்போடு அழைக்கிற

அழைப்பு இது. தம்மையே அர்ப்பணம் செய்யச் சொன்னாலும் அவ்வாறு செய்து தங்களை வரவேற்று உபசரிக்கக் காத்து நிற்கிறார் பாரிவேள். அவர் உள்ளத்தில் உள்ள ஏக்கத்தை யாரும் அளவிட முடியாது. ஒருகால் தாங்கள் வந்து கண்டு உணர்ந்து தங்கள் பாடலால் வெளியிட்டால் வெளியிடலாம்" என்று தூது வந்த பெரியவர் சொன்னார்.

கபிலர் அதைக் கேட்டார். "மாணிக்கம் உருவத்தால் சிறியது; கல் மிகப் பெரியது. அதனால் மாணிக்கத்துக்குக் குறைபாடு உண்டோ? அதன் மதிப்பை உலகமே நன்கு உணரும். பாரிவேளைப் புகழால் முன்பே அறிவேன். அவரைப் பார்க்கவேண்டும் என்ற விருப்பம் எனக்கும் உண்டு" என்று அவர் கூறியதைக் கேட்டபோது, வந்த பெரியவருக்கு உண்டான மகிழ்ச்சியை அளவிட முடியுமா?

கபிலர் பாரிவேளைப் பார்க்கப் புறப்பட்டார். அவர் வருவதை ஏவலாளர்கள் முன்பே பாரிக்கு அறிவித்தார்கள். பறம்பு மலையினின்றும் கீழ் இறங்கி வந்து அடிவாரத்து ஊரில் ஓரிடத்தில் கபிலரை வரவேற்க வேண்டியவற்றைச் செய்தான் பாரி. வேறு பல புலவர்களையும் உடன் அழைத்துச் சென்றான். தன் ஆட்சியில் உள்ள அதிகாரிகளையும் உடன் இருக்கச் செய்தான். பறம்பு நாட்டில் உள்ள செல்வர்களையும் பெரியோர்களையும் ஆள் விட்டு அழைத்து வரச் செய்தான். அலங்காரம் செய்த பந்தலில் கபிலருக்கு வரவேற்பு அளித்துப் பாராட்ட ஆயத்தமாக இருந்தான் பாரி வள்ளல். வழிபடு தெய்வம் காட்சி அளிப்பதாக இருந்தால் எத்துணை ஆவலோடு எதிர்பார்த்திருப்பார்களோ அப்படி அந்தக் கூட்டத்தினர் அனைவரும் காத்திருந்தனர்.

அறிவிலும் ஆண்டிலும் அநுபவத்திலும் பழுத்த கபிலர் பறம்பு நாட்டுக்கு வந்தார். வரும்போதே அந்த நாட்டார் களிப்பினால் ஆரவாரம் செய்தனர். துகிலை வீசி எறிந்து தம்முடைய மகிழ்ச்சியைத் தெரிவித்தனர். குடம் குடமாக நீரைக் கொணர்ந்து அவர் திருவடிகளைக் கழுவினர். நிலத்திலே விழுந்து பணிந்தனர். பழுத்த கிழவர் சிலர் அப்புலவர் சிகாமணியை அணுகி, "தேவரீர் திருவடி பட இந்நாடு பலகோடி காலம் தவம் செய்திருக்க வேண்டும்" என்று நாத் தழுதழுக்கப் பாராட்டினர்.

கபிலர் மெல்ல மெல்ல நடந்து வந்தார். குடிமக்களுடைய அன்பு அவருடைய நடையின் வேகத்தைக் குறைத்தது. கூடிய கூட்டம் அவரை மேற்செல்ல விடாமல் தடுத்தது. வழியைச் சிலர் விலக்க, அவர் மெல்ல மெல்லப் பாரியைக் காணும் பேராவலோடு நடந்தார். அவர்மெல்ல நடந்தாரேயொழிய அவர் உள்ளம் மிக

மிக விரைவாகச் சென்றது. தமக்கு நடைபெறும் உபசாரத்தைக் கண்டு அவர் மனம் உருகியது. "குடிமக்களே இவ்வளவு அன்பு பாராட்டினால் அவர்களுடைய கோனாகிய பாரி எப்படி இருப்பான்!" என்று வியந்தார். மாட மாளிகை, கூட கோபுரங்கள் மல்கிய மதுரை மாநகரத்துச் செல்வர்கள் காட்டும் அன்பையும் கூறும் பாராட்டையும் உணர்ந்தவர் அவர். ஆயினும், இந்தச் சிற்றூரில் பறம்புநாட்டு மக்களிற் பெரும்பாலோர் கூடி நின்று தம் அன்பு வெள்ளம்போல் பெருக்கெடுத்தோட வரவேற்கும் வைபவத்தைக் கண்டு அவர் மயங்கினார். உள்ளத்திலிருந்து பொங்கி வழியும் அன்பே உருவங்கொண்டது போல இருந்தது அந்தக் கூட்டம்.

மெல்ல மெல்ல நடந்து சென்றார். அவரைக் கைலாகு கொடுத்து ஓர் அதிகாரி அழைத்துச் சென்றார். வரவேற்புக்காக அமைந்திருந்த இடம் வந்து விட்டது. இன்னிசைக் கருவிகள் ஒலித்தன. முரசு முழங்கியது. முழவு ஓசை பரப்பியது. மங்கையர் பாடினர். பாணர் யாழ் வாசித்தனர். விறலியர் கூத்தாடினர். ஒரு பெரிய சக்கர வர்த்தியை வரவேற்பது போலப் பாரிவேள் எல்லா ஏற்பாடுகளையும் செய்திருந்தான்.

கபிலர் பந்தலுக்குள் கால் வைத்தார். பலநாள் பிரிந்திருந்த ஆவினைக் கண்ட கன்றைப்போல ஓடிச் சென்று புலவர் பெரு மானின் திருவடிகளில் பணியப் புகுந்தான் பாரி. அவன் தம் அடிகளில் விழுவதற்கு முன் அவனைத் தாங்கித் தழுவிக் கொண்டார் கபிலர். ஒருவரை ஒருவர் பார்த்துக் கொண்டனர். பேச்சு எழ வில்லை. சிறிது நேரம் இருதயமும் இருதயமும் பேசிக்கொண்டன. பாரி கண்களில் நீர் சுரந்தது.

நாக்குழற அன்பு பொங்க ஒவ்வொரு வார்த்தையாக வெளி யிட்டான் பாரி; "புலவர் பெருமான் இங்கே எழுந்தருள நான் என்ன தவம் செய்திருந்தேன்! இந்த நாடு பண்ணிய தவந்தான் எத்தனை பெரியது! பல காலமாக ஏங்கிக்கிடந்த ஒன்று இன்று இறைவன் திருவருளால் நிறைவேறியது. என் வாழ்க்கையில் இருந்த ஒரே ஒரு குறையைத் தாங்கள் நிறைவேற்றி விட்டீர்கள்"– இவ்வளவை யும் அவன் தொடர்ந்து சொல்லிவிடவில்லை. சிறிது சிறிதாகச் சொன்னான். அப்படித்தான் சொல்ல முடிந்தது. அவன் உள்ளத்திலே கொந்தளித்த உணர்ச்சிப் பெருக்கு அவனை அப்படி ஆக்கியது.

"பாரி மன்னா, உன்னுடைய புகழை நான் பல காலமாகக் கேட்டு வருகிறேன். தன்னுடைய உயிரைக் காட்டிலும் சிறப்பாகப் புலவரை ஓம்பும் வள்ளல் என்று உன்னைப்பற்றித் தமிழுலகமே பாராட்டுவதை நான் அறிவேன். உன்னைக் கண்டு மகிழவேண்டும்

என்ற விருப்பம் எனக்கும் மிகுதியாக இருந்தது. எதுவும் உரிய காலத்தில்தான் நிறைவேறும். அருள் கூட்டி வைக்கும்போதுதான் கூட முடியும். இல்லையானால் எத்தனை முயற்சி செய்தாலும் கூட இயலாது. உன்னைக் காணும் வாய்ப்பு எனக்குக் கிடைத்ததனால் எனக்கு உண்டாகியிருக்கும் இன்பத்துக்கு ஒப்பாக எதைச் சொல்ல லாம் என்று நான் தேடிக்கொண்டிருக்கிறேன். உன் பெருமை வாழ்க!" என்று புலவர்பிரான் பேசியதை யாவரும் கேட்டனர்.

அவரைத் தக்க ஆசனத்தில் இருக்கச் செய்து மாலை அணி வித்துப் பழமும் இளநீரும் பாலும் அளித்தான் பாரிவேள். "சற்று ஓய்வுகொண்டு மலையின் மேல் போகலாமா?" என்று கேட்டான். கபிலர், "ஏன், இப்போதே செல்லலாமே!!" என்று கூறவே, அந்தக் கூட்டத்தினர் யாவரும் பறம்பின் மேல் ஏறலாயினர்.

போகும்போதே கபிலர் அந்த மலையின் அமைப்பைப் பார்த் தார். அதன் வளத்தையும் எழிலையும் கண்களால் மொண்டுமொண்டு உண்டார். இறைவனுடைய கருணையினால் நல்ல வளம் மல்கிய மலை அது என்று தெரிந்துகொண்டார். அத்தகைய வளம் பொருந்திய மலையும், அன்பிலே சிறந்து நிற்கும் குடிமக்களும், இடையறாமல் உடனிருந்து தமிழ்ச் சுவையை ஊட்டிப் புகழ்பாடும் புலவர்களும் பாரியின் தவத்தையும் அன்பையும் வள்ளன்மையையும் காட்டும் அடையாளங்களாகத் தோன்றினர். "ஒரு சிறிய இடத்தில் இருந்துகொண்டு இத்தனை பேருடைய உள்ளத்தையும் பிணிக்கும் இயல்புடைய இப்பாரிக்கு எந்த முடி மன்னனும் ஈடாகமாட்டான்" என்ற எண்ணம் கபிலருக்கு உண்டாயிற்று. அவர் மலைமீது ஏறிக் கொண்டிருந்தார். அவருடைய உள்ளமாகிய சிங்காதனத்தில் பாரி வேள் ஏறிக்கொண்டிருந்தான். கபிலரும் பிறரும் பறம்பின் மேற் பரப்பை அடைந்தனர். பாரியின் மாளிகைக்கு அனைவரும் சென்றனர்.

அங்கும் கபிலருக்கு வரவேற்பு நிகழ்ந்தது. பாரியின் மனைவியும் மகளிராகிய அங்கவையும் சங்கவையும் புலவர் பெருமானை வணங்கினர். "இந்தக் குடில் இன்று புனிதம் அடைந்தது" என்று பாரி புளகம் போர்ப்ப மகிழ்ந்து கூறி உபசரித்தான்.

✯

கபிலர் நட்பு

பாரியின் இயல்புகளை நன்கு உணர்ந்து கொண்டார். பறம்பு மலையில் இருந்த பாரீசன் திருக்கோயிலுக்குச் சென்று இறைவனைத் தரிசித்தார். பறம்பு மலைப் பரப்பை ஓரளவு கண்டு மகிழ்ந்தார். இயற்கையெழிலைக் கண்டு மகிழ்வது புலவர் இயல்பு; மற்றவர்களுக்கும் அந்த எழில் புலப்பட்டாலும் புலவர்கள் கண்டு மகிழும் முறையே வேறு. நாம் அவற்றின் வெளியழகையே ஊன்றிப் பார்ப்பதில்லை. கவிஞர்களோ இயற்கையெழிலை நன்கு கண்டு நுகர்ந்து அதனூடே ஆழ்ந்து தம்மை மறந்து நிற்பார்கள். பூவும் புனலும், மானும் மரையும், காடும் பொழிலும் அவர்களோடு பேசும்; பேசாமல் பேசும். அவற்றின் பேச்சை உணர்ந்துகொள்ளும் நுட்பமான இயல்பு கவிஞர்களுக்குத்தான் உண்டு. கணத்துக்குக் கணம் புதுமை பெற்றுப் பொலிவதாகக் கவிஞர்களுக்கு இயற்கை காட்சியளிக்கும். மரத்தின் ஒவ்வோர் இலையும் கவிஞர்களின் கவிதையை மௌன மொழியிலே எழுதும் ஏடாக விளங்கும். ஒவ்வொரு பூவும் அவர்களுடைய கற்பனைக்கு மணம் ஊட்டும்; வண்ணம் தீட்டும். கல்லும் முள்ளுங்கூடக் கவிஞர்களின் பார்வையில் அழகு பெறும்.

ஆகவே, கபிலர் பறம்பு மலையின் பகுதிகளைக் கண்டபோது அங்குள்ள காட்சிகளில் சொக்கிப் போனார். பொய்கைக் கரையில் பல நாழிகை நின்று அதன் அலைகளையும் ஆழத்தையும் நீரின் தெளிவையும் கண்டார். துள்ளிக் குதிக்கும் மீன்களைக் கண்டார். பூத்திருக்கும் மலர்களைக் கண்டு முகம் மலர்ந்தார். சின்னஞ்சிறு சுனைகளைப் பார்த்து மகிழ்ந்தார். அவர் மதுரையில் வையையாற்று வெள்ளத்தைப் பார்த்து மகிழ்ந்தவர்; அதில் காணாத தெளிவை இந்தச் சுனைகளில் கண்டார். பெரிய குளங்களைக் கண்டவர்; அவற்றிற் காணாத இயற்கையமைப்பை இவற்றில் கண்டார். பல பூம்பொழில்களைப் பார்த்து மகிழ்ந்தவர்; அங்கே காணாத சிறப்பைப் பறம்பு மலைக் காடுகளில் கண்டார். அரண்மனையில் வளரும் மானையும் மயிலையும் அவர் கண்டு களித்ததுண்டு; இங்கே தம் மனம் போனபடி துள்ளி விளையாடும் மானையும், தோகை விரித்து ஆடும் மயிலையும் கண்டு, சுதந்தர வாழ்வினால் அவற்றிற்கு இயல்

பாக அமைந்திருக்கும் வளப்பத்தையும் ஆனந்தத்தையும் உணர்ந்து குதூகலித்தார். எங்கே பார்த்தாலும் அவர் புதுமைக் கோலத்தைக் கண்டார்; இயல்பாக வளரும் வளர்ச்சியைக் கண்டார்.

வேங்கை மரமும் சந்தன மரமும் அவர் உள்ளத்திலே பெரு மிதத்தை உண்டாக்கின. பழங்கள் கொத்துக் கொத்தாகத் தொங்கும் பலா மரங்களை கண்டபோது அவருக்கு இன்பம் ஊறியது. மூங்கிலின் உயரத்தைக் கண்ணால் அளந்தார். சுனைகளின் ஆழத்தைக் கருத்தால் அளந்தார்.

எல்லாவற்றையும் தனக்கு உரியவையாகப் பெற்ற பாரியின் குணங்களில் கபிலர் மூழ்கித் திளைத்து மகிழ்ந்து உருகினார்.

இரண்டு நாட்கள் அங்கே தங்கினார். மதுரைக்குச் செல்ல வேண்டுமென்று விடை பெற்றபோது பாரி விம்மினான். உயிரையே பிரித்துவிடும் கொடுமையை அப்பிரிவு உண்டாக்குமோ என்று அஞ்சினான்.

"பாண்டிய மன்னனுடைய அரசவை இங்கே இல்லை. நல்லிசைச் சான்றோர் தமிழாராயும் சங்கமும் இல்லை. மாட மதுரை இங்கே இல்லை. இதனை நான் நன்கு உணர்கிறேன். இவ்வளவு சிறந்த நிலைக்களத்தில்தான் கபிலர் என்னும் ஒப்பிலா மாணிக்கத்தை வைத்துப் போற்ற வேண்டும் என்பதையும் நான் நன்றாகத் தெரிந்து கொண்டிருக்கிறேன். ஆனால்... ஆனால்..." பாரியால் பேச முடிய வில்லை.

"நீ என்ன சொல்லுகிறாய்?" என்று கபிலர் அன்பு ததும்பக் கேட்டார்.

"என்னுடைய அன்புக்கும் ஆசைக்கும் குறைவில்லை. ஆயினும் அவற்றைக் கொண்டு நான் ஈடு செய்ய முயல்வது பேதைமை. அவ்வளவு பெரிய இடத்தில் ஒளிரும் தங்களை இந்தச் சிறிய குன்றில் வைத்திருக்க வேண்டும் என்று ஏழையாகிய நான் ஆசைப்படுவது பேதைமையிலும் பேதைமை. ஆனால் ஏதோ ஒன்று என் உள்ளத்தில் கிளுகிளுக்கிறது. தேவரீருடைய கருணை இருக்குமானால் இங்குள்ள குறைகளையெல்லாம் நிரப்பிக்கொள்ளும் வாய்ப்பு நேரலாம் என்ற எண்ணம் ஏனோ எனக்கு அடிக்கடி தோன்றுகிறது."

"பார்ப்போம். இறைவன் அருளின்படி எல்லாம் நடக்கும்" என்று சொல்லி விடை பெற்றார் கபிலர்.

"அடிக்கடி வரவேண்டும்" என்று யாவரும் வேண்டிக் கொண் டனர்.

 நற்றிணை பதிப்பகம் ★ 17

"அப்படியே செய்வேன்" என்று சொல்லி மதுரைக்குப் புறப்பட்டார் புலவர்.

அங்கே போனது முதல் அவருக்கு ஒன்றுமே சுவைக்கவில்லை. பறம்பு மலையும் பாரியும் தம் உள்ளத்தைக் கொள்ளை கொண்டு விட்டதை அவர் உணரலானார். விரைவில் மறுபடியும் பறம்பு மலைக்குப் போனார். இப்படிச் சிலமுறை போய் வந்தார். ஒவ்வொரு முறையும் கபிலருக்கும் பாரிக்கும் இடையே தோன்றிய அன்பு முறுகியது; இறுகியது; வன்மை பெற்றது. அது நட்பாக மாறியது. இறுதியில் ஒருவரை ஒருவர் பிரிந்து வாழ இயலாது என்ற நிலை உண்டாயிற்று. இருவரும் ஒருங்கே கூடி வாழ்வதுதான் இருவருக்கும் இன்பம் பயக்கும் என்ற முடிவுக்கு வந்தனர் நண்பர் இருவரும்.

பாரிவேள் குறுநில மன்னன். அவன் தன் நாட்டை விட்டு மதுரைக்குச் சென்று வாழ்வது இயலாத செயல். ஆகவே, கபிலரே பறம்பு மலைக்கு வந்து வாழ முடிவு செய்தார். இந்த முடிவு மதுரையில் வாழ்வாருக்குத் துன்பத்தைத் தந்தாலும் பறம்பு நாட்டினர் அமுதத்தைப் பெற்ற வானவரைப் போலக் களிக் கூத்தாடினர். பாரி தன் வாழ்வின் பயனைப் பெற்றவன் ஆனான்.

பாரியும் கபிலரும் ஒன்றுபட்டனர். பாரியின் ஆசிரியராகவும் அமைச்சராகவும் நண்பராகவும் அவைக்களப் புலவராகவும் விளங்கலானார் கபிலர்.

✱

முல்லைக்குத் தேர்

வளம் செறிந்த பறம்பு நாட்டில் அடர்ந்த காடுகளும் இருந்தன. காடும் காடு சார்ந்த நிலமும் முல்லைத் திணை என்று பெயர் பெறும். மலையும் மலை சார்ந்த இடமும் குறிஞ்சித் திணையாகும். பாரியினுடைய பறம்பு நாட்டில் குறிஞ்சி நிலமும் இருந்தது; முல்லை நிலமும் இருந்தது. பறம்பு மலையிலும் அதைச் சார்ந்த இடங்களிலும் குறிஞ்சி வளத்தைக் கண்டு மகிழலாம். வேறு இடங்களில் காடுகள் செறிந்த முல்லை வளத்தைக் காணலாம்.

பாரிவேள் அவ்வப்போது தன்நாட்டு மக்களைக் கண்டு அளவளாவிவிட்டு வருவான். பறம்பு மலைப் பகுதிகளுக்குச் சென்று மலைவளம் கண்டு மகிழ்ந்து வருவான். அப்படியே காட்டு வளமும் கண்டு வருவதுண்டு. குறிஞ்சி நிலத்தில் வேங்கை மரமும் தேக்க மரமும் சந்தன மரமும் பலா மரமும் ஓங்கி வளர்ந்தன. குறிஞ்சி மலரும் காந்தள் மலரும் மலர்ந்தன. மானும் மரையும் கரடியும் சிறுத்தையும் பாய்ந்து ஓடின. அருவியும் சுனையும் நீரை உதவின. அவற்றையெல்லாம் கண்டு மகிழ்ந்தான் பாரி. தினைக் கொல்லை யிலும் வரகுத் தோட்டத்திலும் குறிஞ்சி நில மக்கள் உணவு விளைவித்தனர். அங்கே சென்று அவர்களுடைய முயற்சி யைப் பாராட்டினான். குறவரும் குறத்தியரும் தொண்டகப் பறையை முழக்கி முருகனை வழிபட்டுக் குறிஞ்சிப் பண்ணைப் பாடிக் கூத்தாடினார்கள். அவர்களுடைய பக்தியைக் கண்டு வியந்தான்.

இப்படியே முல்லை நிலத்துக்குச் சென்று அங்குள்ள காட்சி களையும் கண்டான். அங்கே கொன்றை மரமும் குருந்த மரமும் வளர்ந்திருந்தன. முல்லை மலரும் தளவமும் மலர்ந்து மணந்தன. கானாறு ஓடியது. பசுமாடுகள் நிரை நிரையாக மேய்ந்தன. அவற்றைக் கண்டு களித்தான். ஆயரும் ஆய்ச்சியரும் முல்லைப் பண்ணைப் பாடிக் கண்ணனை வழிபட்டு ஆடினார்கள். அவர் களுடைய ஆட்டத்தைக் கண்டு உவந்தான்.

தம்முடைய மன்னன் வரும்போதெல்லாம் அந்நாட்டு மக்கள் அவனைக் கண்டு அளவற்ற மகிழ்ச்சியை அடைந்தனர். தங்கள் நிலத்தில் விளைத்த பொருள்களைக் கையுறையாகக் கொணர்ந்து

அளித்தனர். பாரி குடிமக்களுடைய நன்மை தீமைகளை அவ்வப் போது அறிந்து, செய்ய வேண்டியவற்றைச் செய்தான். காட்சிக்கு எளியனாகப் பழகினான். தாயைக் குழந்தைகள் அணுகுவது போலக் குடிமக்கள் பாரிவேளை அணுகித் தம் குறைகளைத் தெரிவித்தார்கள்.

ஒருநாள் காடு அடர்ந்த ஓரிடத்திற்குச் சென்றான் பாரி. யாரையும் அழைத்துச் செல்லாமல் தான் மட்டும் தனியே சென்றான். தேரை ஓட்டும் வலவன் மாத்திரம் உடன் இருந்தான். காட்டு நிலத்திலும் வழிகள் இருந்தன. ஆதலின் அவ்வழியே தேரைச் செலுத்தச் செய்தான். அவ்வாறு போய்விட்டு மீள்கையில் ஓர் அரிய நிகழ்ச்சி நடந்தது. அந்நிகழ்ச்சி மக்கள் உள்ளத்தில் பதிந்து, புலவர்கள் பாடலிற் புகுந்து, பாரியை மற்ற வள்ளல்களினின்றும் வேறு பிரித்துக் காட்டும் அடையாளச் செயல் ஆகிவிட்டது.

தேர் திரும்பும்போது பிற்பகல் நேரம். கதிரவன் மேல் திசையில் இறங்கிக்கொண்டிருந்தான். பறம்பு மலையின் அடிவாரத்தை நோக்கித் தேர் போய்க் கொண்டிருந்தது. முல்லை நிலத்தின் வழியே போகும்போது பாரி, “தேரை நிறுத்து” என்று கூவினான். இரு மருங்கும் உள்ள காட்சிகளை மெல்லப் பார்த்துக் கொண்டு சென்றமையால் தேர் மெல்லத்தான் சென்றது. இப்போது திடீரென்று தேரை நிறுத்தும் படி பாரி சொல்லவே, வலவன் நிறுத்தினான். பாரிவேள் தேரிலிருந்து இறங்கினான்.

அருகில் ஒரு முல்லைக்கொடி வளர்ந்திருந்தது; இளங்கொடி; நிறைய அரும்பு கட்டியிருந்தது. மாலை நேரம் வந்தால் குப்பென்று மலர்ந்துவிடும். பருவம் வந்த மட மங்கைபோல அது தள தளவென்று வளர்ந்திருந்தது. ஆனால் அருகில் பற்றுக்கோடு ஒன்றும் இல்லாமல் அது காற்றில் அசைந்துகொண்டிருந்தது. தளர் நடை பழகும் குழந்தை தட்டுத்தடுமாறி வந்து கீழே விழும் நிலையில் இருப்பது போல அந்தக் கொடி தளர்ந்து நின்றது. பார்வையற்றவன் ஒருவன் கால் தளர்ந்து எதையேனும் பற்றிக்கொள்வதற்காக நாற்புறமும் கையால் வெறும் வெளியைத் துழாவுவது போல அந்தக் கொடி அசைந்தது. நடுவழியில் துணையின்றி நிற்கும் கன்னிப் பெண்ணைப் போல அது அலைப்புண்டு நின்றது. மெல்லிய காற்றில் அது திரும்பித் திரும்பி அசைந்தது; வளைந்து நிமிர்ந்தது. அப்போது, ‘வழியில் போவோரை எனக்குத் துணை புரிய வாருங்கள்’ என்று அழைப்பதுபோல இருந்தது.

அது ஒசிந்து தளர்ந்து கொழு கொம்பின்றி அசைவதைப் பாரி கண்டான். மக்கள் வருந்துவதைக் கண்டு மனம் குழைந்து உடனே உதவி புரியும் இயல்புடையவன் அவன். அது பெரிதன்று. விலங்கி

னங்கள் துன்புற்றாலும் காணச் சகிக்காதவன். வீட்டில் உணவு சமைத்தவுடன் நம் நாட்டு மங்கையர் காக்கைக்குச் சோறு போடு வார்கள், காகங்கள் கூட்டமாக வந்து, “கா! கா!” என்று கத்திக் கொண்டு அந்தச் சோற்றை உண்ணும் பாரியின் பறம்பு மலையில் வேறு ஓர் அரிய காட்சியைக் காணலாம். தினையரிசியையும் வேறு தானியங்களையும் இறைவனுடைய திருக்கோயிலின் முன் ஒவ்வொரு நாளும் குறிப்பிட்ட நேரத்தில் வாரி இறைக்கச் செய்தான் பாரி. அவனும் இறைப்பான். அப்போது கிளிகளும் குருவிகளும் கூட்டம் கூட்டமாக வந்து அந்தத் தானியங்களைத் தின்னும். இது கண் கொள்ளாக் காட்சியாக இருக்கும். மனிதர்களைக் கண்டு அஞ் சாமல் அங்கே கிளிகள் கூட்டமாக வந்து பழகும்; குருவிகள் கொத்தித் திரியும்.

இவ்வாறு எல்லா உயிர்களிடத்திலும் அருளோடு பழகும் இயல்புடையவன் பாரி. அவன் கண்ணில் பற்றுக்கோடின்றிப் பதை பதைத்து நிற்கும் முல்லைக் கொடி பட்டது. ஓரறிவுயிராயினும் அது இறைவன் படைப்பிலுள்ள உயிர்க் கூட்டங்களில் ஒன்றுதானே? பச்சை மரங்களைக் காரணம் இன்றி வெட்டாதவர் தமிழர். நோய்க்கு மருந்தாக ஏதேனும் பச்சிலையைப் பறிக்க வேண்டுமானாலும் அதற்கு மனம் வருந்தி இறைவனை எண்ணிப் பறிப்பது மரபு. தாவிப் படரக் கொழு கொம்பு இல்லாத கொடிக்குக் கோல் ஊன்றிப் படர விடுவதை அறச் செயலாக எண்ணும் மனப்பான்மை உடைய வர்கள் தமிழ்நாட்டுச் சான்றோர்கள்.

முல்லைக் கொடியின் வளர்ச்சி கண்டு மகிழ்ந்த பாரி அதன் தளர்ச்சி கண்டு மனம் நெகிழ்ந்தான். அதனைப் படரவிட அருகில் மரம் இல்லை. இருந்தால் அதுவே பற்றிக்கொள்ளாதா? தன்னை அணுகும் இரவலர்க்குக் கையில் உள்ளது எதுவாயினும் வழங்கிவிடும் வள்ளல் பாரி, தன் முன் நிற்பவருடைய வறுமையை நினைப்பானே யன்றித் தான் கொடுக்கும் பொருளின் அருமையைக் கருதமாட்டான். தேர் இருந்தால் தேரைக் கொடுப்பான்; குதிரை இருந்தால் குதிரையைக் கொடுப்பான்; யானையையும் கொடுப்பான். ஒன்றும் இல்லையானால் கைவளையைக் கழற்றிக் கொடுப்பான். இன்னதைக் கொடுப்பான், இன்னதைக் கொடுக்கமாட்டான் என்ற வரையறையே இல்லை. இதைத்தான் கொடைமடம் என்று சொல்வார்கள்.

“கொம்பர் இல்லாக் கொடிபோல் அலமந்தனன் கோமளமே” என்று பாடுவார்கள் பெரியவர்கள். துணை செய்வாரின்றி வாடும் மக்களின் துயரத்தைச் சுட்டுவதற்குச் சிறந்த உபமானமாகப் பற்றுக் கோடில்லாத கொடியைச் சொல்வது பழமொழியாகிவிட்டது தமிழ் நாட்டில். பாதுகாப்பின்றித் தவிப்பவரைக் கண்டு நெகிழும் உள்ளத்

திற்கு உண்மையில் கருணை இருந்தால், அப்படித் தவிப்போருக் கெல்லாம் உவமையாக இருக்கும் கொம்பில்லாக் கொடியைக் கண்டு அவ்வுள்ளம் நெகிழாமல் இருக்குமா?

பாரி முல்லைக் கொடியைக் கண்ட கணத்திலே மனம் உருகினான். அது மென்காற்றில் அலைந்து ஒசிந்த காட்சி அவன் உள்ளத்தை அலமரச் செய்தது. அதற்கு வேண்டியது கொழுகொம்பு; ஒரு பற்றுக்கோடு, யாரேனும் உழவனாக இருந்தால் எங்காவது போய் ஒரு மூங்கிலைத் தேடிக் கொண்டு வந்து அங்கே நடுவான். வருந்துகிறவர்களைக் கண்டபோதே அருள் சுரந்து அந்தக் கணத்தில் கிடைத்ததை வீசும் பாரியால் அப்படிச் செய்ய இயலாதே! அவன் உடனே வலவனை அழைத்தான். குதிரைகளை அவிழ்த்துவிடச் சொன்னான். மெல்லத் தன் தேரையே முல்லைக் கொடியின் அருகில் இழுத்து நிறுத்தச் செய்தான். கொடியை மெல்ல அதன்மேல் எடுத்து விட்டான். அப்போது அவனுக்கு உண்டான இன்பத்தை அளந்தறியும் ஆற்றல் யாருக்கு உண்டு? ஆழ்கடலில் மூழ்கி உயிர் போகும் தறுவாயில் இருந்த ஒரு குழந்தையை எடுத்துக் கரையில் விட்டது போன்ற உவகை அவனுக்கு உண்டாயிற்று என்று சொல்லலாமா? பலநாள் பசித்திருந்த ஏழைக்கு இலை நிறைய சோறு போட்டதைப் போன்றிருந்தது என்று கூறலாமா? தனக்கு ஏற்ற மணாளன் கிடைக்காமல் நின்ற கன்னி ஒருத்திக்கு ஓர் ஆடவனை மணம் செய்வித்தது போன்றது என்று இயம்பலாமோ? அத்தகைய செய்கை களை உலகம் கண்டிருக்கும். ஆனால் ஒரு கொடி தளர்வது கண்டு அதைத் தாங்கத் தன் தேரை நிறுத்திய பாரியின் செயலையும், அதற்குக் காரணமாக இருந்த அவனது உயர்ந்த அருள் உள்ளத்தையும் உவமையைக் கூறித் தெரிந்துகொள்ள முடியாது. அவற்றிற்கு அவை களே ஒப்பு.

'நாம் செல்லும் தேராயிற்றே' என்று பாரி நினைக்கவில்லை. அவன் நினைவு முழுவதும் அந்தக் கொடி நின்ற நிலையிலே, அதன் தளர்ச்சியிலே ஒன்றிப் போய்விட்டது. அப்போது அவன் தேரில் வராமல் நடந்து வந்திருந்தால், தானே கொழுகொம்பாக நின்றிருப் பான்! என்ன அருமையான பண்பு!

சிறிதுநேரம் பாரி முல்லைக்கொடியைப் பார்த்தான். அது தன் அரும்புகளைக் காட்டிப் புன்முறுவல் பூத்தது. உடன் நின்ற தேரோட்டி பாரியின் செயலைக் கண்டு விம்மிதம் அடைந்தான். அந்த வள்ளலு டைய அருட் செயல்கள் பலவற்றைக் கண்டவன் அவன். ஆயினும் அந்த அருள் இவ்வளவு உயர்ந்த நிலைக்கு, மிக மிக நுட்பமான நிலைக்குச் செல்லும் என்பதை அவன் நினைத்தும் பார்க்கவில்லை.

பாரி அவ்விடத்தை விட்டு நகர்ந்தான். முல்லை பற்றுக்கோடு பெற்றுப் படர்ந்த அழகைத் திரும்பித் திரும்பிப் பார்த்துக்கொண்டே நடந்தான்.

பறம்பின் அடிவாரம் வந்தான் பாரி. அங்கே இருந்த குடி மக்களிடம் வலவன் தான் கண்ட அதிசயத்தைச் சொன்னான். அவர்கள் வியந்தார்கள். பாரி வேளின் மன நெகிழ்ச்சியைப் பாராட்டினார்கள். சிலர் வேண்டிய பொருள்களுடன் அவ்விடத் துக்குச் சென்று ஒரு பந்தலையே போட்டு முல்லைக் கொடியைப் படரவிட்டுத் தேருக்கு விடுதலை அளித்தார்கள். காட்டுவழியில் பந்தலிலே படரும் முல்லைக்கொடி அது ஒன்றுதான். மற்றக் கொடிகளுக்கு இல்லாத பெருமை அதற்கு உண்டாயிற்று. அந்தப் பந்தல் பாரியின் தேரை நினைப்பூட்டிக் கொண்டிருந்தது. அந்த வள்ளலின் உள்ளத்தை நெகிழ்வித்த முல்லைக்கொடியை மக்கள் வந்து பார்த்துப் பார்த்துச் சென்றார்கள்.

"முல்லைக்குத் தேரை வழங்கினான் பாரி" என்ற செய்தி பறம்பு நாடு முழுவதும் பரவியது; புலவர்கள் உள்ளத்தே வியப்பையும் களிப்பையும் படரச் செய்தது.

அவர்கள் பாடிய பாடல்களில் முல்லைக்குத் தேர்கொடுத்த வள்ளலென்று பாரியின் புகழ் படர்ந்தது. பாரி வேறு பல வகையில் தன் கொடைத்திறத்தை வெளிப்படுத்தியிருந்தாலும் ஓரறிவுயிராகிய முல்லைக்கொடியின் தளர்ச்சிக்கு மனம் இரங்கித் தன் தேரை அளித்த வள்ளன்மையையே அது முதல் புலவர்களும் பிறரும் பெரிதாக நினைந்து பாராட்டினர். பாரி என்று பெயர் சுட்டாமலே 'முல்லைக்குத் தேரீந்தவன்' என்று சொன்ன அளவிலே அவனைத் தமிழுலகம் உணர்ந்து கொண்டது; இன்றும் அவன் முல்லைக்குத் தேர் வழங்கிய திறத்தைப் பாராட்டுகிறது.

✺

முதல் இடம்

கபிலரை அவைக்களப் புலவராகவும் உசாத்துணைவராகவும் பெற்றது முதல் பாரிவேளுக்கு முடியுடை மன்னருக்கு இல்லாத மதிப்பு உண்டாகி விட்டது. முல்லைக்குத் தேர் வழங்கிய அருமைச் செயலுக்குப் பின்பு அது பின்னும் உயர்ந்தது. கொடை வள்ளல்களைப் பற்றிப் பேசும் இடங்களிலெல்லாம் பாரியின் பெயரே முன்வந்தது. தமிழ்நாட்டு வள்ளல்களின் பெயர்களை எடுத்துச் சொல்லும் போது புலவர்கள் பாரியையே முதலில் வைத்துச் சொன்னார்கள். புலவர் பெருமக்களில் கபிலருக்குத் தலைமை நிலை கிடைத்தது போலவே, கொடையிற் சிறந்தவர்களுக்குள் பாரி வள்ளலுக்குத் தலைமை நிலை கிடைத்தது. இந்த வழக்கம் அக்கால முதல் இன்றளவும் இருந்து வருகிறது.

"யார் யாரையோ பாடாமல் சிவபெருமானைப் பாடுங்கள். அவர்கள் எல்லாம் ஒன்றும் தரமாட்டார்கள். இப்பெருமான் இம்மையில் சோறும் கூறையும் தருவான்; மறுமையில் சிவலோக பதவி வழங்குவான்" என்று சுந்தரமூர்த்தி சுவாமிகள் ஒரு பதிகம் பாடியிருக்கிறார். திருப்புகலூர் என்னும் தலத்திற் பாடியது அது. அங்கே புலவர்களை நோக்கி,

கொடுக்கிலா தானைப் பாரியே என்று
கூறினுங் கொடுப் பாரிலை

என்று பாடுகிறார். வள்ளல்களை உவமையாக எடுத்துச் சொல்லப் புகும்போது பாரியின் நினைவுதான் அவருக்கு வருகிறது. மனிதர்களைப் பாட வேண்டாம் என்று சொல்லும் அந்தப் பதிகத்திலே மறைமுகமாகச் சுந்தரமூர்த்தி நாயனார் பாரியைப் புகழ்கிறார்!

பெருஞ்சித்திரனார் என்ற சங்ககாலப் புலவர் குமணன் என்ற அரசனைப் புகழ்கிறார். "ஏழு வள்ளல்கள் தமிழ்நாட்டில் இருந்தார்கள். அவர்கள் இப்போது இல்லை. அவர்கள் காலத்திற்குப் பிறகு நீதான் இருக்கிறாய். ஆதலால் உன்னைத் தேடிவந்தேன்" என்று சொல்கிறார். அங்கே ஏழு வள்ளல்களின் பெயர்களும் வருகின்றன.

அவர்கள் பாரி, ஓரி, மலையன், எழினி, பேகன், ஆய், நள்ளி என்பவர்கள். அந்த வரிசையில் முதலில் பாரியைத்தான் வைக்கிறார்.

> முரசுகடிப்பு இருப்பவும் வால்வளை துவைப்பவும்
> அரசுடன் பொருத அண்ணல் நெடுவரைக்
> கறங்குவெள் அருவி கல்அலைத்து ஒழுகும்
> பறம்பிற் கோமான் பாரியும்

என்று பாரியைப் பாராட்டுகிறார். 'முரசைக் குறுந்தடி அடிக்கவும் வெண்மையான சங்கு முழங்கவும் வேந்தருடனே பொருதவனும், தலைமையையுடைய உயர்ந்த மலைச்சாரலில் ஒலிக்கும் வெள்ளை அருவியானது கல்லை உருட்டிக் கொண்டு ஓடும் பறம்பு மலைக்குத் தலைவனுமாகிய பாரி' என்பது இதன் பொருள்.

ஏழு வள்ளல்கள் என்று தொகுத்துக் கூறுவது மரபு. அந்த எழுவரிலும் பாரியை முதலில் வைத்துச் சொல்வதை மேலே உள்ள பாட்டில் பார்த்தோம். இப்படியே வேறு பலரும் சொல்லியிருக்கிறார்கள். ஒரு பழைய பாடலில்,

> பாரி ஓரி நள்ளி எழினி
> ஆயே பேகன் பெருந்தோள் மலையன் என்று
> எழுவருள் ஒருவலும் அல்லை

என்ற முறை காணப்படுகிறது. இது தொல்காப்பியத்தின் உரையில் பேராசிரியர் மேற்கோளாகக் காட்டும் பாடல்களில் ஒன்று.

பிங்கல நிகண்டில் கடையெழு வள்ளல்கள் இன்னார் என்று குறிக்கும் இடத்திலும் பாரியின் பெயரையே முதலில் வைத்திருக்கிறார் அதன் ஆசிரியர்.

> பாரி எழினி நள்ளி ஆய் மலையன்
> ஓரி பேகன் இவர்கடை வள்ளல்.

இப்படியே பிற்காலத்தில் வந்த மண்டலபுருடர் தாம் இயற்றிய சூடாமணி நிகண்டில்,

> பாரி ஆய் எழினி நள்ளி
> பசுந்தொடை மலையன் பேகன்
> ஓரியே கடையில் உற்றோர்

என்று அமைக்கிறார். இந்த இரண்டு நிகண்டுகளிலும் ஏழு வள்ளல்களில் மற்றவர்களின் பெயர்கள் எப்படி மாறினாலும் பாரியின் பெயர் முதலிடம் பெற்று நிற்கின்றது.

ஏழு பேர்களைச் சொல்லாமல் சில பேர்களைச் சொல்லும் இடத்திலும் பாரியே முன் நிற்கிறான்.

பாரி ஓரி (தொல்காப்பியம், செய்யுள் இயல், 125, நச்சினார்க் கினியர் மேற்கோள்) என்பதும்,

வண்புகழ் பாரி காரி
என்றிசை வாது கூறி (திருப்புகழ்)

என்பதும் இதற்குச் சான்று பகரும். சங்க காலத்தில் வாழ்ந்த நல்லிசைப் புலவர்களும், பிற்காலத்துப் புலவர்களும் வள்ளல்களின் பெருமையைச் சிறப்பித்துப் பாடும்போது பாரிக்கு முதலிடம் கொடுப்பது மரபாகிவிட்டது. பாரி வேளைத் தமிழுலகம் மறவாமல் பாராட்டும் முறை இதுவானால் அவனுடைய பெருமையை என்னென்று விரித்துரைப்பது!

✻

கபிலர் பாட்டு

பாரிவேளின் அவைக்களத்தில் எப்போதும் புலவர் பலர் நிறைந்திருப்பார்கள். அந்தப் புலவர் கூட்டத்திற்குத் தலைவராகக் கபிலர் விளங்குவார். பாரியும் உடன் இருப்பான். தமிழின் மாட்சியை யெல்லாம் விரித்துப் பேசுவார்கள். அவரவர்கள் தம்முடைய இனிய கவிகளை எடுத்துச் சொல்லுவார்கள். பாரிவேளின் புகழைப் பாட்டில் அமைத்துப்பாடுவார்கள்.

கபிலர், பாரியின் புகழைப் பல வகையில் பாடி மகிழ்ந்தார். ஒரு பாட்டு இரண்டு பாட்டுப் பாடின அளவில் அவருக்கு மன நிறைவு உண்டாகவில்லை. பாரியின் அரிய குணங்களில் ஈடுபட்டுக் கிடந்தவராதலின் அவன் புகழைப் பாடப்பாட அது விரிந்து கொண்டே போயிற்று. மேலும் மேலும் பாடிக்கொண்டே இருந்தார். புலவர் தலைவராகிய அந்தச் சான்றோருடைய பாடல்களைப் பெறப் பெறப் பாரி புலவர் உள்ளத்தில் உயர்ந்து நின்றான். மன்னர் களும் அவனுக்குக் கிடைத்த பெரும் பேற்றை எண்ணி வியந்தனர். பாண்டிய மன்னன், "நமக்குக் கிடைக்காத பெருமையெல்லாம் இவனுக்குக் கிடைக்கிறது" என்று எண்ணினான்; அந்த எண்ணத்தில் அழுக்காறு தலை நீட்டியது. "விரிந்த சோழ மண்டலத்தைப் பெற்று ஆளும் நம்மைவிடக் கபிலருடைய பாடல்களைப் பெற்று வாழும் பாரியின் பாக்கியமே பாக்கியம்!" என்று சோழன் வியந்தான். "கபிலர் நம்மையும் பாடமாட்டாரா" என்று சேர அரசன் ஏங்கினான்.

கபிலர் புதிய புதிய முறையில் பாரியின் புகழை அமைத்துப் பாடல்களைப் பாடினார். பாணர்களுடன் வந்து பாடி ஆடும் மகளுக்கு விறலி என்று பெயர். பாணனுடைய மனைவி அவள். அவளைப் பார்த்து, "நீ இன்ன செல்வரிடம் சென்று பாடினால் உனக்குப் பரிசில் தருவான்" என்று பாடுவது ஒரு முறை. அதை 'விறலியாற்றுப்படை' என்று சொல்லுவார்கள். கபிலர் பாரியின் புகழைச் சொல்லும் விறலியாற்றுப் படை ஒன்றைப் பாடினார்.

உலகில் உள்ள செல்வர்கள் எப்போதுமே தம்மை அணுகும் இரவலர்களுக்குக் கொடுத்துக்கொண்டே இருப்பார்கள் என்று

சொல்ல இயலாது. சில காலம் கொடுப்பார்கள்; சில காலம் கொடுக்காமல் இருந்து விடுவார்கள். பாரி அத்தகையவன் அல்லன். அவன் எப்போதும் கொடுப்பவன். எந்தச் சமயத்தில் போனாலும் இல்லையென்னாது ஈயும் வள்ளல்.

இந்தச் செய்தியைக் கபிலர் தம் பாட்டிலே சொல்ல வருகிறார். இதை அப்படியே சொல்லவில்லை; குறிப்பாகச் சொல்கிறார். கவிதையில் ஒரு பொருள் குறிப்பாக அமைந்திருந்தால் அதன் சுவை மிகுதியாக இருக்கும். "விறலியே! நீ பாரிவேளிடம் சென்று பாடினால் அவன் உனக்கு நல்ல பொன்னாபரணங்களைத் தருவான். அவற்றை நீ அணிந்து மகிழலாம்" என்று சொல்கிறார். இப்படிச் சொல்வதில் சுவை தோன்றாது. "மற்ற இடங்களில் செல்வர்கள் கூடவும் குறையவும் தருவார்கள்; தராமலும் இருப்பார்கள். பாரி எப்போதும் தருவான் என்ற கருத்தையும் பொருத்தவேண்டும். "சுனைகளில் சில காலம் நீர் இருக்கும். சில காலம் குறையும், மழை பெய்தால்தான் அவற்றில் நீர் நிரம்பியிருப்பதைப் பார்க்கலாம். ஆனால் பாரியின் பறம்பு மலையில் மழை பெய்தாலும் பெய்யா விட்டாலும் அருவி எப்போதும் நீரோட்டம் அறாது வீழ்ந்து கொண்டே இருக்கும்" என்பதை இணைத்துப் பாடினார். "செல்வர்கள் கொடுத்தாலும் கொடுக்காவிட்டாலும் பாரி கொடுப்பான்" என்பதையே அவனுடைய மலையில் உள்ள அருவியை வருணிப்ப வரைப் போலக் குறிப்பாகச் சொல்லிவிட்டார் புலவர்.

சேயிழை பெறுருகுவை வாள் நுதல் விறலி!
தடவுவாய்க் கலித்த மாஇதழ்க் குவளை
வண்டுபடு புதுமலர்த் தண்சிதர் கலாவப்
பெய்யினும் பெய்யா தாயினும், அருவி
கொள்உழு வியன்புலத் துழைகா லாக
மால்புடை நெடுவரைக் கோடுதோ றிழிதரும்
நீரினும் இனிய சாயல்
பாரி வேள்பாற் பாடினை செலினே.

'ஒளியையுடைய நெற்றியைப் பெற்ற விறலியே! சுனையில் தழைத்து வளர்ந்த நீல நிற இதழுடைய குவளையின் வண்டு வந்து மொய்க்கும் புது மலரில் தண்ணிய நீர்த்துளி கலக்கும்படியாக மழை பெய்தாலும் பெய்யாவிட்டாலும், அருவியானது, கொள்ளுக்காக உழுத விரிந்த நிலத்தினருக்கு வாய்க்காலாக, தேனெடுப்பதற்காகச் சாத்திய ஏணிகளை உடைய உயர்ந்த மலைச்சாரற் பக்கந்தோறும் இறங்கி வரும்; அப்படி வருகிற நீரைக் காட்டிலும் இனிய மென்மையையுடைய

பாரிவேளினிடம் பாடிக்கொண்டு சென்றால் செம்பொன்னாலான அணிகலன்களைப் பெறுவாய்!' என்பது இதன் பொருள்.

* * *

ஒருநாள் புலவர் பலர் கூடியிருந்த சபையில் பாரியைப் பற்றிய பேச்சு வந்தது. வெளிநாட்டிலிருந்து சில புலவர்கள் வந்திருந்தார்கள். அவரவர்கள் தங்கள் தங்கள் அநுபவத்தை எடுத்துச் சொன்னார்கள். கலைஞரும் கவிஞரும் தம்முடைய ஆற்றலைக்காட்டி பரிசு பெற்ற செய்தியைச் சொன்னார்கள். "பாரிவேள் புலவர்களையும் அறிவுடை யோர்களையும் நல்லவர்களையும் ஆதரிக்கும் பெரு வள்ளல். இவனைப் போல் வரிசை அறியும் வள்ளலை நாங்கள் எங்கும் கண்டதில்லை" என்று சிலர் கூறினார்கள். "தன்னிடம் வருகிறவர் களை நல்லவர்கள் என்றோ, கலையில் வல்லவர்கள் என்றோ ஆராய்ந்து கொடுக்கும் இயல்பு பாரியினிடம் இல்லை. வறுமையில் உழல்பவர்கள் யார் ஆனாலும் அவர்களுக்கு வழங்குவது பாரியின் வழக்கமாகிவிட்டது" என்று கபிலர் கூறினார். அதற்கு உவமையாகச் சிவபெருமானை எடுத்துரைத்தார்.

"நல்ல நிறமும் மணமும் உள்ள மலராகத் தேர்ந்து பறித்துத் தெய்வங்களுக்குப் பூசை செய்வார்கள் அன்பர்கள். சிவபெருமானே மணமுள்ள மலரானாலும் மணமற்றதானாலும் ஏற்றுக்கொள்கிறான். எருக்கம் பூவேயானாலும் எனக்கு வேண்டாம் என்று சொல்லாமல் ஏற்றருள்கிறான். பாரியும் அத்தகையவனே. கலையறிவு இல்லாதவ ரானாலும், தாம் கற்ற கலையில் போதிய வன்மை படையாதவ ரானாலும் அவனை அணுகினால் ஏதாவது பெற்றே செல்வார்கள். பாரியின் வள்ளன்மை அத்தகையது" என்று தம் கருத்தை விளக்கி னார் அப்புலவர் பெருமான். அதையே பாவாகவும் பாடினார்.

நல்லவும் தீயவும் அல்ல, குவிஇணர்ப்
புல்லிலை எருக்கம் ஆயினும், உடையவை
கடவுள் பேணேம் என்னா; ஆங்கு
மடவர் மெல்லியர் செல்லினும்
கடவன் பாரி கைவண் மையே.

* * *

பின் ஒருநாள் புலவர்கள் கூடிப் பேசிக்கொண்டிருந்தார்கள். கபிலரும் இருந்தார். எல்லோரும் திருப்பித் திருப்பிப் பாரியின் புகழையே எடுத்துச் சொல்லிக் கொண்டிருந்தனர். பாரி முல்லைக்குத்

தேர் ஈந்ததை ஒருவர் பாராட்டினார். அவன் இனிமையாகப் பேசுவதை ஒருவர் பாராட்டினார். தன்பால் வந்தவர்களுக்கு வரையறையின்றி வழங்குவதை வேறு ஒரு புலவர் புகழ்ந்தார்.

"பாரியைப் பற்றியே பேசிக்கொண்டிருக்கிறீர்களே. வேறு ஒருவரும் உங்களுக்கு அகப்படவில்லையா?" என்று இடைமறித்துக் கேட்டார் கபிலர். அப்படிக் கேட்கும்போது அவருடைய முகத்தில் புன்முறுவல் ஒளிவிட்டது.

"எப்படிப் பேசினாலும் பாரியினிடந்தான் வந்துமுடிகிறது" என்று ஒரு புலவர் சொன்னார்.

"பாரி, பாரி என்று எப்பொழுதும் ஒருவனையே புகழ்கிறீர்களே. அதை மாற்றி வேறு யாரைப் பற்றியாவது சொல்லுங்கள்" என்று மறுபடியும் கபிலர் சொன்னார்.

"பாரியைச் சொல்லிவிட்டு வேறு ஒருவரைச் சொல்லுவதாவது!" என்று ஒருவர் கூறினார். "நன்றாக யோசித்துப் பாருங்கள். எத்தனையோ வள்ளல்களைக் கண்டு பாடிப் பரிசில் பெற்றவர்கள் நீங்கள். பாரிக்கு ஒப்பாக வேறு யாராவது ஒருவரை எண்ணிப் பார்த்துச் சொல்லுங்கள். ஒருவர் கூடவா கிடைக்கமாட்டார்?"

கபிலர் இப்படிக் கேட்டதும் புலவர்கள் சிறிது நேரம் யோசிப்பவர்களைப் போல மௌனமாக இருந்தார்கள். பிறகு, "பாரியை விட்டால் வேறு யாரும் இல்லையே!" என்றார்கள்.

"அப்படியா? நான் வேறு ஒருவரைச் சொன்னால் ஒப்புக் கொள்வீர்களா?" என்று கேட்டார் கபிலர்.

"நீங்களா சொல்லப்போகிறீர்கள்!" என்று புலவர்கள் வியப்போடு கேட்டார்கள். கபிலர் பாரியினிடம் எவ்வளவு அன்பும் பெருமதிப்பும் வைத்திருக்கிறார் என்பதை அவர்கள் நன்கு அறிவார்கள். அதனால்தான் இப்படிக் கேட்டார்கள்.

"ஆம். நான்தான் சொல்லப் போகிறேன். எப்போது பார்த்தாலும் பாரி பாரி என்று பலபடியாகப் புகழ்ந்து ஒருவனையே புகழ்கிறார்கள் செந்நாப் புலவர்கள் ஒருவன்தானா உலகைக் காப்பாற்றுகிறான்?..."

கபிலர் பேச்சை முடிக்கவில்லை.

"வேறு யார் இருக்கிறார்கள்? சொல்லுங்கள்" என்று பரபரப்பாகப் புலவர்கள் கேட்டார்கள்.

“பாரிக்கும் அவருக்கும் பெயரில் ஓர் எழுத்துத்தான் வேறுபாடு, உலகு புரப்பதற்கு மாரியும் இருக்கிறதே. அதை மறந்துவிட்டீர்களே பாரி ஒருவன் மாத்திரம் அல்ல; மாரியும் உலகு புரக்க இருக்கிறதே!”

பாரி பாரி என்றுபல ஏத்தி
ஒருவர் புகழ்வர் செந்நாப் புலவர்
பாரி ஒருவனும் அல்லன்;
மாரியும் உண்டுமண்டு உலகுபுரப் பதுவே.

புலவர்கள் கபிலருடைய சதுரப்பாட்டை நினைத்து மகிழ்ந்தார்கள். “எங்களை ஏமாற்றிவிட்டீர்கள். உலகத்தில் உள்ள வள்ளல் யாரையோ சொல்லப் போகிறீர்கள் என்றல்லவா எண்ணினோம்? பாரியின் புகழை நாங்கள் எல்லாம் சொல்வதைவிட நீங்கள் எவ்வளவோ அழகாகச் சொல்லிவிட்டீர்களே!” என்று பாராட்டினார்கள்.

ஆம்; கபிலர் பாரிக்கு ஒப்பு மாரியையன்றி வேறு யாரும் இல்லை என்பதையே சமற்காரமாகச் சொன்னார். புலவருலகம் அவர் பாடிய முறையைக் கண்டு ஆனந்தக் கூத்தாடியது வியப்பாகுமா?

✸

மணம் மறுத்தல்

பாரிக்கு இரண்டு பெண்கள் இருந்தார்கள். அழகிலும் அறிவிலும் சிறந்தவர்களாக இலங்கினார்கள். எப்போதும் புலவர்களினிடையே இருந்து பொழுது போக்கும் தந்தையைப் பெற்றதனால் அவர்களுக்கு அப்புலவர்களுடைய புலமைநலத்தை உணர்ந்து இன்புறும் வாய்ப்பு இளம்பருவத்திலே உண்டாயிற்று. கபிலர் பாரியோடு வாழத் தொடங்கிய பின்பு அவ்விருவரும் அவரிடம் தமிழ்ப் பயிற்சி பெற்று வந்தனர். அந்தப் பெரும் புலவரைத் தமிழாசிரியராகப் பெறும் பேறு கிடைத்தபோது அவர்களுக்கு உண்டான தமிழறிவைப்பற்றிச் சொல்லவும் வேண்டுமா? தமிழ் இலக்கண இலக்கியங்களை நன்கு உணர்ந்தார்கள். கவிதையின்பத்தை நுகரும் ஆற்றல் அவர்களுக்கு இயல்பாகவே அமைந்திருந்தது; அது பின்னும் மிகுதியாயிற்று. அவர்களே நல்ல கவிதையை இயற்றும் திறமையையும் அடைந்தார்கள்.

அடக்கமும் அன்பும் அறிவும் அவர்களிடம் நிரம்பியிருந்தன. பாரியினிடம் வந்த புலவர்கள் அவ்விருவருடைய அறிவுத் திறத்தையும் கண்டு பாராட்டினர். நல்ல ஆசிரியர் ஒருவர் அவர்களுக்குக் கிடைத்தது. போல வேறு யாருக்கும் கிடைக்கமாட்டார் என்று சொல்லிப் புகழ்ந்தனர். அவ்வப்போது புலவர்கள் அவையில் அவ்விரு பெண்களும் இருந்து தமிழ் நயம் தேர்ந்து இன்புற்றார்கள்.

பாரியின் மகளிர் அழகிலும் அன்பிலும் சிறந்து விளங்கும் செய்தியும் அவனுடைய புகழோடு தமிழ்நாட்டிற் பரவியது. புலவர்கள் தாம் அறிந்த சிறப்புக்களைத் தம் வாயே முரசாக நாவே குறுந்தடியாகக் கொண்டு அறைந்து பரப்பும் இயல்புடையவர்கள் அல்லவா? அவர்கள் பாரிக்கு எத்தனை சிறப்பு உண்டோ அத்தனையையும் எடுத்துப் பாராட்டித் தமிழுலகில் பரப்பினர். அந்த வகையில் பாரி மகளிரின் பெருமையும் பரவியது.

தமிழ்நாட்டில் இருந்த குறுநில மன்னர்களின் காதில் அங்கவை சங்கவை என்னும் அப்பெண்களின் அறிவாற்றலையும் அழகையும் பற்றிய செய்திகள் விழுந்தன. மணமாகாமல் இருந்த வேளிர் சிலர்

அவர்களை மணந்துகொள்ளலாம் என்று விரும்பினர். பின்பு தம்முடைய நிலையையும், பாரியினுடைய நிலையையும் எண்ணித் தமக்குக் கிட்டாப் பொருள் என்று கைவிட்டனர்.

ஆனால் பாரிவேளுக்கு இரு மகளிர் மணம் செய்யும் பருவத்தில் இருக்கிறார்கள் என்ற செய்தி பாண்டியனுக்குத் தெரிந்தபோது, அவர்களை மணம் புரிந்துகொள்ள வேண்டும் என்ற நினைவு ஏற்பட்டது. முடியுடை மன்னர்கள் குறுநில மன்னர்களின் பெண்களை மணந்துகொள்வது தமிழ்நாட்டில் வழக்கமாக இருந்தது. புகழினாற் பெரியவனாகிய பாரியின் மகளை மணப்பதால் தனக்கும் புகழ் உண்டாகும் என்று பாண்டிய மன்னன் நினைத்தான். ஆனால் அவன் முன்பே மணம் புரிந்துகொண்டவன். பட்டத்தரசி ஒருத்தி இருந்தாள். ஆனாலும் பல மகளிரை மணந்துகொள்வது மன்னர்களுக்கு வழக்கம்,

அதனால் பாரி மகளிர் இருவரையும் தன்னுடைய அந்தப்புர அணங்கினரோடு சேர்த்துவிடலாம் என்ற விருப்பம் கொண்டான் பாண்டியன்.

அவனுக்குப் பாரி மகளிரிடம் காதல் உண்டாகவில்லை. அவர்களை அவன் பார்த்துப் பழகியதில்லையே! ஆயினும் அவர்களுடைய புகழ் அவனுடைய உள்ளத்தில் ஆர்வத்தை உண்டாக்கியது. அது மட்டும் அன்று. பாரியின் புகழ் மேன்மேலும் ஓங்கி வளர்ந்து வருவதை உணர்ந்தவன் அவன். அதனால் அவள் உள்ளத்தில் பொறாமைகூட முளைத்திருந்தது. இப்போது அவனுடைய உறவு கிடைத்தால் புகழிற் பங்கு பெறலாம் என்று எண்ணினான். கிடைத்தால் பாரி மகளிரை மணப்பது, இல்லையானால் அவனோடு போரிடுவது என்று திட்டமிட்டான்.

பாரிக்கு ஓலை போக்கினான். அவன் மகளிர் இருவரையும் தனக்கு மணம் புரிவிக்கவேண்டும் என்ற செய்தியை அவ்வோலையில் எழுதியிருந்தான். பாரி அதைப் படித்தான். கபிலரிடம் காட்டினான். தன் மகளிருக்கும் காட்டினான். "பெறுதற்கரிய பேறு" என்று வேறு மகளிர் நினைப்பார்கள். பாரி மகளிர் அப்படி நினைக்கவில்லை. "பாண்டியனுடைய அந்தப்புரத்தில் உள்ள மந்தையோடு மந்தையாக வாழும்படி செய்வதற்கு என் அருமைக் கண்மணிகளை நான் வளர்க்கவில்லை" என்று பாரிவேள் கூறினான். கபிலர் அவன் கருத்தை ஆதரித்தார். பெண்கள் இருவரும் தம் தந்தையார் கருத்தைத் தெரிந்துகொண்டு களிப்பில் மூழ்கினர். "அரச பதவியும் படையாற்றலும் உடைய கணவர் எங்களுக்கு வேண்டாம். அன்பும்

வீரமும் ஈகைச் சிறப்பும் உடையவர்களையே எங்கள் தலைவராக நாங்கள் அடைவோம். குடிசையிலே வாழ்ந்தாலும் எங்களை வாழ்க்கைத் துணைவியாக ஏற்றுக் காதல்புரியும் ஆடவருக்கே நாங்கள் மாலையிடுவோம்" என்றார்கள் அவ்விளம் பெண்கள்.

பாண்டியனிடமிருந்து வந்த தூதுவன் மீண்டு சென்றான். தன் பெண்களை மணம் புரிந்து அளிக்க மறுத்துவிட்டான் பாரி என்ற செய்தியைப் பாண்டியன் அறிந்தான். பாரி மகளிர் கிடைத்திருந்தால் அவனுக்கு உண்டாகும் மகிழ்ச்சியினும் இரண்டு மடங்கு மகிழ்ச்சி இப்போது உண்டாயிற்று. மகளிரை அளிக்க மறுத்த காரணத்தையே தலைக்கீடாகக் கொண்டு பாரியோடு போர் செய்யலாம் என்ற எண்ணந்தான் அவனுக்கு அத்தனை மகிழ்ச்சியை ஊட்டியது. இனிப் பாரியை வளரவிடக் கூடாது என்ற தீய எண்ணம் அவன் நெஞ்சிற் குடிகொண்டது.

பாண்டியன் பெண் கேட்டதும் பாரி மறுத்ததுமாகிய செய்தி இரகசியமாக இருக்கவில்லை. அது எங்கும் பரவியது. சேர, சோழ மன்னர்களுடைய செவிகளுக்கும் எட்டியது. 'உலகம் புகழும் முடி மன்னனாகிய பாண்டியன், மகளிரைக் கேட்டானென்றால் பெரும் பேறு என்று கருதி உடனே மணம் புரிய முன்வராமல் மறுத்தானே; இது அவனுக்கு உண்டாகியிருக்கும் செருக்கைக் காட்டுகிறது. தனக்கு மிஞ்சினவர் யாரும் இல்லை என்ற செருக்கு அவன் தலையில் ஏறியிருக்கிறது. அவன் தன் நிலையை மறந்துவிட்டான்" என்று சோழன் சொன்னான். அவனுக்கும் பொறாமை இருந்தது. சேரனும் இப்படியே பாரியை இகழ்ந்தான். முடி மன்னர் மூவருக்குமே பாரியின் புகழ் பரவி வருவதில் அழுக்காறு இருந்தது. அவர்கள் ஒன்றுபடுவது மிகவும் அரிது. ஆயினும் பாரியை ஓங்கவொட்டாமல் தகைய வேண்டும் என்ற எண்ணத்தில் மாத்திரம் அவர்கள் ஒன்றுபட்டார்கள். எப்படியாவது அவனோடு போர் செய்து அவன் நாட்டைப் பறிக்க வேண்டும் என்ற புன்மதி அவர்களுக்கு உண்டாகி விட்டது. காரணமின்றிப் போர் செய்வது இயலாது. ஆகையால் ஒரு காரணத்தை ஆராய்ந்தார்கள். பாண்டியன் செய்ததையே தாமும் செய்யலாம் என்று சேரனும் சோழனும் தீர்மானித்தார்கள். பாரியின் பெண்களை மணம் செய்துகொள்ள விரும்பித் தனித்தனியே ஓலை போக்கினார்கள்.

பறம்பு நாடு பாண்டி நாட்டில் இருந்தது. அண்மையில் இருந்த பாண்டியனுக்கே பெண் கொடுக்க விரும்பாத பாரி மற்ற மன்னர் களுக்கா கொடுக்க முன்வருவான்? வந்த தூதுவர்களிடம் அம்

மன்னர்களின் முயற்சியை எள்ளிப் பேசி அனுப்பினான் பாரி. அதனால் அவர்களுக்கு அவனிடம் சினம் மூண்டது. சேர சோழ பாண்டியர் மூவரும் பாரியை எதிர்த்துப் போர் செய்வது என்ற முடிவுக்கு வந்தனர். இந்தச் 'சிறிய வேளை' அடக்க ஒருவருடைய படையின் ஒரு பகுதியே போதும். ஆனாலும் தமிழ் மன்னர் மூவருடைய பகையையும் அவன் பெற்றிருக்கிறான் என்பதைத் தெரிந்து கொள்ள வேண்டாமா? "மூவருமே சேர்ந்து படையுடன் சென்று பறம்பு மலையை முற்றுகையிட்டு அவன் மிடுக்கைத் தொலைப்போம்" என்று அவர்கள் பேசிக்கொண்டார்கள். போர் புரிய ஆயத்தம் செய்தார்கள்.

✳

முற்றுகை

பறம்பு நாட்டு மக்கள் அனைவரும் பாரிவேளுக்காக உயிரையும் அளிக்கச் சித்தமாயிருந்தனர். பாண்டியனும் பிறரும் பாரியின்மேற் படையெடுக்கப் போகிறார்கள் என்ற செய்தி அவனுக்கு முன்பே எட்டியது. அவனிடம் அன்புடைய மக்கள் தமிழுலகம் முழுவதுமே இருந்தார்கள். அவர்கள் வாயிலாக இந்தச் செய்தி அவனுக்குத் தெரியவந்தது. பாரி ஈகையிற் சிறந்தவன் என்பதை எந்த அளவுக்கு உலகம் அறிந்துகொண்டதோ, அந்த அளவுக்கு அவன் வீரத்திலும் சிறந்தவன் என்பதை அறிந்துகொள்ளவில்லை. வீரப் பெருமக்களின் பரம்பரையிற் பிறந்த அவன் குருதியிலே வீரம் கலந்திருந்தது. அவனுடைய நீண்ட கைகளின் பெருமையை ஈகையினால் உணர்ந்த உலகம், அவனுடைய திண்ணிய தோள்களின் வலிமையை நன்கு உணரவில்லை. இதோ அதை உணரும் வாய்ப்பு உண்டாகியிருக்கிறது. புலவர்கள் அவன் ஈகைத் திறத்தை வெளிப்படுத்தினர். இப்போது முடியுடை மன்னர்கள் அவனுடைய வீரத்தைப் புலப்படுத்தும் முயற்சியை மேற்கொண்டார்கள்.

பாரி வலியப் போரை விரும்புபவன் அல்லன்; வந்த போருக்கு அஞ்சுபவனும் அல்லன். அவனிடத்திலும் படைகள் இருந்தன. சிறந்த வீரர்கள் இருந்தார்கள். பறம்பு நாட்டுக் குடிமக்களில் கட்டிளங்காளைகள் பலர் இப்போது பாரியோடு நின்று போர் புரிய முன்வந்தனர்.

பறம்பு நாட்டின் எல்லைக்குள் மன்னர்களின் படை நுழை யாமல் தடுப்பது எளிதாகத் தோன்றவில்லை. மூன்று மன்னர்களும் ஒருங்கே கூடிப் படையெடுத்தால் அவர்களுடைய பெரும்படைக்கு எதிரே நிற்கத் தமிழ்நாட்டில் வேறு படையே இல்லை. ஆயினும் பறம்பு மலைமீது படை முழுவதும் ஏறிப் போர் செய்வதென்பது இயலாத செயல். ஆதலால் பறம்பு நாட்டைப் பாதுகாப்பதைவிடத் தன் படை முழுவதையும் பறம்பு மலையின்மேல் கூட்டி வைத்துக் கொண்டு அந்த மலையைப் பாதுகாப்பதுதான் தக்க வழியென்று பாரிவேள் தீர்மானித்தான். கபிலரும் அப்படிச் செய்வதே நலம் என்று கூறினார்.

தன் பலத்தையும் மாற்றான் பலத்தையும் அளவிட்டு, எவ்வாறு போர் செய்தால் வெற்றி பெறலாம் என்று சூழ்ந்து புகுதல் மன்னர் களுக்கு நன்மையை உண்டாக்கும். பாரி வேள் நன்றாக ஆராய்ந்தான். அவனுக்கு இருந்த படைப்பலம் முடி மன்னருக்கு எதிரே நின்று வெல்லுவதற்குப் போதும் என்று சொல்ல இயலாது. ஆயினும் அவனுக்கு வாய்த்திருந்த பறம்பு மலை எதற்கும் அஞ்சாத நிலையைத் தந்தது. வெளியிலே நெடுகப் பரந்து கிடக்கும் கடல் நீர்ப்பரப்பு எவ்வளவு பெரிதாக இருந்தாலும் அதனிடையே ஒரு கப்பல் மிதந்து உள்ளிருப்போரைக் கொண்டு செல்வதுபோல, எத்தனை படைகள் வந்தாலும் பாரியைப் பாதுகாக்கும் வகையிலே பறம்பு மலை இருந்தது.

மலைமேலுள்ள அரண்களைச் செப்பஞ் செய்தான் பாரி. அங்கங்கே மறைவாக நின்று அம்பு எய்யும் துளைகள் இருந்தன. அவற்றை ஏப்புழைகள் என்று சொல்வார்கள். அவற்றையும் செப்ப னிட்டான். பகைவர் வந்து முற்றுகையிட்டால் படை வீரர்களுக்கு உணவுப் பொருள் வேண்டுமென்று, நெல் முதலியவற்றைக் கொண்டு வந்து மலையின் மேல் சேமித்தான்.

தோள் தினவு கொண்ட வீரர்கள் ஆரவாரம் செய்தார்கள். போர் என்றால் அவர்களுக்கு மகிழ்ச்சி. "இத்தனை காலம் வீணே யிருந்த எங்கள் தோள் வலிமை இப்போதுதான் பயன்படப்போகிறது. எங்கள் பெருந்தலைவனிடம் எங்களுக்குள்ள அன்பைக் காட்டும் வாய்ப்பு கிடைத்திருக்கிறது" என்று ஊக்கம் பெற்றார்கள் அவர்கள்.

மூவேந்தர் சேனைகளும் பறம்பு நாட்டின் எல்லையை அடைந்தன. பேருக்கு ஒரு சிறு படை அங்கே நின்று வேந்தர் படையை எதிர்த்தது. சில நாழிகைகளில் அந்த எல்லைப் படை சேர சோழ பாண்டியர் களுக்கு வழி விட்டுவிட்டது. அம்மன்னர்களுக்குப் பெருமகிழ்ச்சி உண்டாயிற்று, 'இவர்களுடைய எதிர்ப்பு எம்மாத்திரம்! இனி நாம் போர் செய்ய வேண்டிய அவசியம் இல்லாமலே பாரி நம்மைச் சரணடைவான்' என்றே அவர்கள் எண்ணினார்கள். பறம்பு நாட்டின் எல்லையைக் கடந்து உள்ளே புகுந்தார்கள். அவர்களை யாரும் தடுக்கவில்லை; வரவேற்கவும் இல்லை. பாரி படையுடன் பறம்பு மலையின்மேல் இருக்கிறான் என்று தெரிய வந்தது. படைகள் அம் மலையை நோக்கிச் சென்றன. அதன் அடிவாரத்தை அடைந்தபோது தான் முடி மன்னர்களுக்கு உண்மை புலனாயிற்று. பாரியைப் போர் செய்யாமலே வென்றுவிடலாம் என்று எண்ணியது பேதைமை என்று விளங்கியது.

மலையின்மேல் படை அவ்வளவும் ஏறுவது இயலாது. ஏறுகிற வழிகள் சில இருந்தன. அவற்றில் எல்லாப் படையும் ஏறி மலையின் உச்சியை அடைய முடியாது. மலையடிவாரத்தை அடைந்தவுடன் மேலிருந்து அம்பு மாரி பெய்யத் தொடங்கியது. கற்களும் பாறைகளும் உருண்டு வந்தன. இயற்கையான அரணாகப் பாரிக்கு அந்த மலை நிற்பதைக் கண்டு மன்னர் மூவரும் மயங்கினார்கள்.

அவர்களுடைய படை பெரும் படைதான். ஆனாலும் அந்தப் படையின் பலத்தைச் சிறியதாக்கிக் கொண்டு வானளாவ நிமிர்ந்து நின்றது பறம்புமலை. சில வீரர்கள் மலையின்மேல் ஏறினார்கள். சிறிது தூரம் ஏறுவதற்குள் அவர்கள் பிணமாகி உருண்டார்கள். கீழிருந்து அம்புகளை எய்தார்கள். அவை பறம்புமலைச் சாரலிலே மறைந்தன. எத்தனை படை இருந்தாலும் ஒன்றும் செய்ய இயலாமல் இருந்தது.

வில்லும் வேலும் வாளும் கொண்ட வீரர்கள் மீனினங்களைப் போல் மலையடிவாரத்தில் வட்டமிட்டார்கள். மலையின் மேலுள்ள கோட்டையை அண்ணாந்து பார்த்தார்கள். அம்புகளை எய்தார்கள். எள்ளளவும் பயன் உண்டாகவில்லை.

இந்த நிலையில், என்ன செய்வது என்ற யோசனை பகை மன்னர்களுக்கு உண்டாயிற்று. மூவரும் ஒருங்கு கூடி ஆலோசனை செய்தனர். கடைசியில் ஒரு தீர்மானத்துக்கு வந்தார்கள். "நம்முடைய படைகளை இந்த மலையைச் சுற்றி நிற்க வைத்து விடுவோம். சில நாட்கள் இந்த முற்றுகை நடைபெறுமானால் கீழிருந்து எந்தப் பண்டமும் மேலே செல்ல முடியாது. மேலே உள்ளவர்களுக்குக் கீழே இருந்துதானே உணவுப் பண்டங்கள் போக வேண்டும்? இப்போதைக்குச் சில நாட்களுக்கு வேண்டியவற்றையே அவர்கள் சேமித்து வைத்திருப்பார்கள். நாம் தொடர்ந்து இங்கே முற்றுகை யிட்டால் உணவு இல்லாமல் வாடும் நிலை அவர்களுக்கு ஏற்படும். அப்போது வழிக்கு வருவார்கள். சண்டை செய்யாமலே வெற்றி பெறலாம் என்று முதலில் நாம் எண்ணிய எண்ணம் இந்த வகையில் கைகூடிவிடும். மேலே உள்ளவர்களோடு போர் செய்து வெற்றி பெறாவிட்டாலும், அவர்களைப் பட்டினி போட்டு வெல்வோம்" என்று தங்களுக்குள் பேசிக்கொண்டார்கள்.

முடி மன்னர் மூவருடைய படைகளும் பறம்புமலையைச் சுற்றி முற்றுகையிட்டுச் சில நாட்கள் ஆயின. அங்கங்கே படை வீடுகளை அமைத்துக்கொண்டார்கள் படைத் தலைவர்கள். ஒருநாள் பறம்பு மலையின் மேலிருந்து ஓர் ஓலை வந்தது; அம்பிற் கோத்து அந்த ஓலையைக் கீழே இருந்த பகைவர்களுக்கு அனுப்பினான் பாரி.

அது படை வீரர்களினிடையே விழுந்தது. அதை உடனே எடுத்துக் கொண்டு மன்னர்களிடம் சென்றார்கள் வீரர்கள்.

ஓலை வந்து விழுந்தது என்ற செய்தியைக் கேட்டவுடனே மன்னர்கள் மகிழ்ச்சி அடைந்தார்கள். தாம் எதிர்பார்த்தபடியே பாரி சரணடைவதற்காக அதை விடுத்திருக்கிறான் என்று எண்ணி னார்கள். "இனிமேல் சமாதானம் செய்து கொள்வதையன்றி வேறு வழியில்லை என்பதைப் பாரி உணர்த்திருப்பான்" என்று சோழன் சொன்னான். "இவ்வளவு நாள் காத்திருந்ததே பெரிது" என்றான் சேரன். பாண்டியன் ஓலைச் சுருளை விரித்துப் படித்தான்: மனத் துக்குள் படித்துக் கெண்டான். அதை வாங்கும்போது இருந்த வேகம் இப்போது அவனிடம் இல்லை. அவன் முகத்தில் மலர்ச்சி உண்டாகவில்லை; முன்பே இருந்த ஒளி மங்கியது. "என்ன எழுதி யிருக்கிறான்?" என்று மற்றவர்கள் படபடப்பாகக் கேட்டார்கள். பாண்டியன் ஓலைச் சுருளைச் சோழன் கையிலே கொடுத்தான். அவனும் அதில் உள்ளதைப் படித்தான். அவனும் ஒன்றும் பேச வில்லை. சேரனிடம் ஓலையைக் கொடுத்தான். சேரன் அதை வாங்கிப் பார்த்தான். அவனும் வாய் திறவாமல் இருந்தான். அவர் களைச் சுற்றி நின்ற படைத் தலைவர்களுக்கு ஒன்றும் விளங்கவில்லை; அம்மூவருக்கும் வாய்ப்பூட்டுப் போட்ட செய்தி எதுவாக இருக்கும் என்று அவர்கள் மயங்கினார்கள்.

பாண்டியன் மறுபடியும் ஓலையை வாங்கிப் பார்த்தான்; கூர்ந்து கவனித்தான். "இது கபிலர் எழுதிய பாட்டுத்தான்" என்ற சொற்கள் அவன் வாயிலிருந்து நழுவின; சூழ நின்ற வீரர்களுக்கு இப்போதும் உண்மை விளங்கவில்லை.

"பாட்டா?" என்று தங்களுக்குள் கேட்டுக்கொண்டனர்.

பாண்டியன் ஓலையைப் பார்த்துக்கொண்டே இருந்தான். அந்த ஓலையில் கபிலர் எழுதிய பாடல் இருந்தது. அந்தப் பாட்டிலே பாண்டியனது மனம் ஆழ்ந்து போயிற்று. தமிழ் வளர்க்கும் குலத்திற் பிறந்தவன் அல்லவா அவன்? இதுவரையிலும் அவன் பாரியையே நினைத்துக்கொண்டிருந்தான். இப்போது கபிலருடைய நினைவை உண்டாக்கியது அந்தப் பாடல், கபிலரை உசாத்துணைவராகப் பெற்ற பாரியின் பாக்கியத்தை அவன் இப்போது எண்ணிப் பார்த் தான்.

பறம்பு மலையின் பெருமையைக் கபிலர் பாடியிருந்தார். 'மதுரைக்குக் கிடைக்காத பேறு இது!' என்று எண்ணும்போது பாண்டியனுக்குச் சற்றே வருத்தம் உண்டாயிற்று. அந்தக் கவியின் சுவையிலே மனத்தைப் பறிகொடுத்திருந்தான்.

சிறிது நேரம் இப்படி இருந்தான்; படை வீரர்கள் அருகில் நிற்பதைக் கண்டு பழைய நிலையைப் பெற்றான். ஓலையை அருகில் நின்ற படைத் தலைவனிடம் கொடுத்தான். அவன் அதைப் படித்துப் பார்த்தான்.

கபிலர் ஒரு பாடலை எழுதியனுப்பியிருந்தார். 'பாரியை எளிதில் வெல்ல முடியும் என்ற எண்ணம் நிறைவேறாது' என்பதை அதன் வாயிலாகப் புலப்படுத்தியிருந்தார். பறம்பு மலையை எவ்வளவு நாள் சூழ்ந்து முற்றுகையிட்டாலும் தங்களுக்கு உணவுப் பஞ்சம் நேராது என்பதைக் காரணங்களுடன் தெரிவித்திருந்தார். "ஐயோ பாவம்! இந்தப் பறம்பு மலையை நினைக்கும்போதே இரக்கம் உண்டாகிறது. இந்த முடியுடை மன்னர் மூவரும் தன் அடிவாரத்தில் வந்து நிற்க அவர்களுக்குச் சிறிதும் இடங்கொடுக்காமல் இப்படி இருக்கிறதே! இது இரக்கப்பட வேண்டியது அல்லவா?" என்று பரிகாசத் தொனியோடு பாட்டை ஆரம்பித்திருந்தார்.

அளிதோ தானே பாரியது பறம்பே!

(பாரியினது பறம்புமலை இரங்கத் தக்கது என்பது அர்த்தம்) என்று அது தொடங்கியது. மேலே, அதனால் தங்களுக்குக் கிடைத்திருக்கும் நன்மைகளைப் பாட்டிலே சொல்லியிருந்தார்.

"இத்தனை முரசுகள் சேர்ந்து ஒரே சத்தம் போடுகின்றன. அவற்றையுடைய நீங்கள் மூன்று மன்னர்களும் சேர்த்து பறம்பு மலையை முற்றுகையிட்டிருக்கிறீர்கள். இப்படியே முற்றுகையிட்டிருந்தால் மேலே உணவுப் பண்டம் வராமல் நாங்கள் யாவரும் பட்டினியால் வாடுவோம் என்று நீங்கள் மனப்பால் குடித்துக் கொண்டிருக்கிறீர்கள். உண்மையை உங்களுக்குச் சொல்கிறேன்; கேளுங்கள். இங்கே நாங்கள் எந்தவிதமான முயற்சியும் பண்ணாமலே நான்கு வகை உணவுப் பண்டங்கள் கிடைக்கின்றன. உழவர்கள் ஏரைப் பூட்டி உழவேண்டியதில்லை; பயிர் செய்ய வேண்டிய அவசியம் இல்லை; களை பறிக்கவேண்டியதில்லை. இயற்கையாகவே இந்தப் பறம்பு மலையில் அந்த நான்கும் கிடைக்கின்றன."

நளிகோள் முரசின் மூவிரும் முற்றினும்
உழவர் உழாதன நான்குபயன் உடைத்தே!

அப்பால் அந்த நான்கும் இன்னவை யென்று சொல்லியிருந்தார். உழவர் உழுது நீர் பாய்ச்சிப் பயிர் பண்ணினால்தான் நெல் கிடைக்கும் என்று நீங்கள் நினைத்திருக்கலாம். எங்களுக்கு இங்கே வேறு வகையான நெல் கிடைக்கிறது. அது வயலில் விளைகிறது அன்று. சிறிய இலையையுடைய மூங்கில்கள் இங்கே நிறைய இருக்கின்றன. அவற்றிலே நெல் விளைகிறது. ஆகையால் கீழிருந்துதான்

வரவேண்டும் என்பது இல்லை. இரண்டாவது: இங்குள்ள பலா மரங்களில் மிகவும் இனிய சுளைகளையுடைய பழங்கள் கனிந்து பழுத்து உதிர்கின்றன. இந்த இரண்டு மட்டும் அல்ல. படர்ந்து அங்கங்கே ஓடிக் கிடக்கும் வள்ளிக் கொடிகளில் பெரிய பெரிய கிழங்குகள் இருக்கின்றன. அவற்றைச் சுட்டு உண்ணலாம். எங்கே பார்த்தாலும் தேனடைகள் இருக்கின்றன. அவற்றில் தேன் நன்றாக முதிர்ந்து நீல நிறம் பெற்று அருவியாக விழுந்துகொண்டிருக்கிறது. இவற்றை வைத்துக் கொண்டு வாழ்நாள் முழுவதும் இனிய உணவு உண்டு வாழலாமே!"

 ஒன்றே,
 சிறியிலை வெதிரின் நெல்விளை யும்மே;
 இரண்டே,
 தீஞ்சுளைப் பலவின் பழம்ஊழ்க் கும்மே;
 மூன்றே,
 கொழுங்கொடி வள்ளிக் கிழங்குவீழ்க் கும்மே;
 நான்கே,
 அணிநிற ஓரி பாய்தலின் மீதுஅழிந்து
 திணிநெடுங் குன்றம் தேன்சொரி யும்மே,

"இத்தனையும் விளைவதற்கு இடம் எங்கே என்று யோசிக்க வேண் டாம். பாரியின் மலை வானத்தைப் போல விரிந்தது. வானத்தில் மீன்கள் இருப்பது போல இந்த மலையில் சுனைகள் இருக்கின்றன. அவற்றை எண்ணி இத்தனை என்று வரையறுப்பது இயலாது.

 வான்கண் அற்று அவன் மலையே; வானத்து
 மீன்கண் அற்றுஅதன் சுனையே,

"இத்தகைய இடத்தில் நீங்கள் பல யானைகளைக் கொண்ட படை யோடு வந்திருக்கிறீர்கள். மரத்துக்கு ஒன்றாகக் கட்டும் அளவுக்கு உங்கள் யானைகளைக் கொண்டு வந்தாலும், காணும் இடங்களில் எல்லாம் உங்கள் தேரை நிறுத்தியிருந்தாலும் பாரி உங்களுக்கு வசப் பட மாட்டான். அவன் குன்றத்தை உங்கள் முயற்சியினால் கொள்ள இயலாது. வாளோச்சிப் போர் செய்தாலும் அவன் தரமாட்டான். அதை அடையும் விதம் ஒன்று எனக்குத் தெரியும். தேரையும் களிற் றையும் விட்டுவிட்டு, வில்லையும் வாளையும் எறிந்துவிட்டு, வாரி முறுக்கிய நரம்புக் கட்டையுடைய சிறிய யாழை எடுத்துக் கொள்ளுங ்கள். நன்றாகச் சுருதி சேர்த்துக் கொண்டு வாருங்கள். மணம் பொருந்திய கூந்தலையுடைய உங்கள் மனைவிமார் விறலியரைப் போல உங்களைத் தொடர்ந்து வர, நீங்கள் ஆடிக்கொண்டும் பாடிக்

கொண்டும் வத்தால், பாரி உங்கள் ஆடல் பாடலைக் கண்டு மகிழ்ந்து, பறம்பு நாட்டையும் பறம்பு மலையையும் ஒருங்கே தந்துவிடுவான். இவ்வளவு எளிய வழியில் பெறும் வகை இருக்க, எதற்காக இப்படி யெல்லாம் அல்லற்பட வேண்டும்?" என்ற கருத்துப் புலப்படும்படி யாகப் பாட்டின் இறுதிப் பகுதி அமைந்திருந்தது.

ஆங்கு
மரந்தொறும் பிணித்த களிற்றினிர் ஆயினும்
புலந்தொறும் பரப்பிய தேரினிர் ஆயினும்
தாளிற் கொள்ளலிர்; வாளில் தாரலன்;
யான்அறி குவன் அது கொள்ளு மாறே;
சுகிர்புரி நரம்பின் சீ றியாழ் பண்ணி
விரைஒலி கூந்தல் நும் விறலியர் பின்வர
ஆடினிர் பாடினிர் செலினே,
நாடும் குன்றும் ஒருங்குஈ யும்மே.

"நீங்கள் வீரத்தால் பாரியை வெல்ல முடியாது. கலைப் பண்பு உங்களிடம் இருந்தால் அவனை அணுகலாம்" என்ற கருத்தைப் பாட்டு குறிப்பாக வெளியிட்டது. எத்தனை நாள் முற்றுகையிட்டாலும் உணவில்லாமல் தவிக்கும் நிலை பறம்பு மலையின் மேல் இருப்பவர் களுக்கு வராது என்ற செய்தியையும் அது தெரிவித்தது.

மூன்று மன்னர்களும் இனி என்ன செய்வது என்று ஆராய்ந் தார்கள். அவர்கள் தங்கள் நகரத்தை விட்டுவிட்டு எத்தனை காலம் பறம்பு மலையின் அடிவாரத்தைக் காத்து நிற்பது? மூங்கிலரிசியைச் சமைத்து உண்டு எவ்வளவு காலத்துக்கு இருக்கமுடியும்? தேனும் பலாப்பழமும் வள்ளிக்கிழங்கும் இருந்தால் போதுமா? காரமும் புளிப்புமுடைய உணவை உண்டு பழகியவர்களுக்கு இவற்றை உண்டால் ஊக்கம் உண்டாகுமா? சில காலம் வீம்புக்கு இவற்றை உண்டு இருக்கலாம். அப்படி உண்டாலும் உடலுக்கு உரம் வருமா? விற்பிடிக்கும் வீறு வளருமா? இன்னும் சில மாதங்களில் பாரி தானே வழிக்கு வந்துவிடுவான்" என்று அவர்கள் பேசிக் கொண்டார் கள். ஆனால் அதுவரையில் முடி மன்னர் மூவரும் அங்கே இருக்க வேண்டிய அவசியமில்லையென்று நினைத்தார்கள். படைத் தலை வர்களை அங்கே படையுடன் தங்கும்படி விட்டுவிட்டு அம்மூவரும் தம் தம் இடங்களுக்குச் சென்றனர்.

✸

வெற்றி

முடிமன்னர் மூவருடைய படைகளும் பறம்பு மலையின் அடிவாரத்திலேயே இருந்தன. போர் செய்யவேண்டிய அவசியமே இல்லாமல், உண்பதும் உறங்குவதுமே வேலையாகப் படை வீரர்கள் இருந்தார்கள். அந்த வாழ்வு சிறையிலே இருப்பது போன்ற வேதனையை அவர்களுக்கு அளித்தது. "மலையின் மேல் உள்ளவர்களை வெளியில் வராமல் செய்துவிட்டோம் என்று நாம் மகிழ்ச்சி அடைந்தோம். இப்போது நாமும் அவர்களைப்போலவே இருக்கிறோம். வில் இருந்தும் அம்பு எய்யாமல், வாள் இருந்தும் வீசாமல் சோம்பேறியாகி விட்டோம். நாம் நினைத்தபடி வேறு இடங்களுக்குப் போக முடிய வில்லை. இந்த மலையைக் காத்துக்கொண்டு, கட்டிப் போட்ட மாடுகளைப்போல இங்கே கிடக்க வேண்டியிருக்கிறது" என்று அவர்கள் பொருமினார்கள்.

பறம்பு மலையின்மேல் உள்ளவர்கள் அங்கே கிடைத்த உணவுப் பொருள்களைக் கொண்டு காலந்தள்ளினார்கள். குறிஞ்சி நிலத்தின் பண்பை நன்கு அறிந்த கபிலர் மலைமேல் விளையும் பொருள்களில் எவை எவை நல்லுணவாகப் பயன்படும் என்று தேர்ந்து அவற்றைச் சேமிக்கச் செய்தார். உணவுப் பொருள்களைத் தொகுத்து இறைவன் திருக்கோயிலிலும் பாரியின் அரண்மனையிலும் சேமித்து வைத்து, அவ்வப்போது மக்களுக்கு வழங்கச் செய்தார். எப்போதும் நெல்லஞ் சோற்றை உண்ட மக்களுக்கு எதைத் தின்றாலும் சோறு தின்றது போன்ற திருப்தி உண்டாகவில்லை. பலாப்பழம் அவர்களுக்கு இப்போது சுவையற்றதாகி விட்டது. தேன் தெவிட்டியது. வள்ளிக் கிழங்கு அவர்கள் உள்ளத்தைக் கவரவில்லை.

இந்த நிலையைக் கபிலர் நன்கு உணர்ந்தார். ஒருநாள் பாரி யுடன் தனித்திருந்து பேசிக் கொண்டிருக்கையில், "நம்முடைய வீரர் களுக்கு நெல்லஞ் சோற்றில் நாட்டம் அதிகமாக இருக்கிறதுபோல் தோன்றுகிறது" என்றார்.

"இருக்கலாம். இருப்பது இயல்புதான். ஆனால் போர்க்களத்தில் சோற்றையா நினைத்துக் கொண்டிருப்பது?" என்று பாரி கேட்டான்.

"போர்க்களமா? நாம் நம்முடைய இடத்தில்தானே இருக்கிறோம்? நீ உன் அரண்மனையில்தானே வாழ்கிறாய்? நாள்தோறும் போரா நடக்கிறது? ஒரு வேலையும் இல்லாமல் வாளா இருக்கும் வழக்கம் நம் குடி மக்களுக்கு இல்லை. ஆனால், இப்போது இந்த முற்றுகையினால் அப்படி இருக்க வேண்டிய அவசியம் நேர்ந்திருக்கிறது."

'அது உண்மைதான். சும்மா இருப்பதனால் சோற்றின் மேல் ஆசை உண்டாகிறது என்று சொல்ல வருகிறீர்களா?!"

"இல்லை, இல்லை. பலகாலம் தாம் உண்டு பழகிய உணவில் மக்களுக்கு விருப்பம் உண்டாவது இயற்கை. இங்குள்ளவர்களுக்கு அரிசிச் சோற்றில் ஆசை உண்டானது நியாயந்தான். அந்த ஆசையை நிறைவேற்றுவது நம் கடமை."

கபிலர் இவ்வாறு கூறியதைக் கேட்டுப் பாரி சற்றே மயங்கினான். "நீங்கள் சொல்லுவது..." என்று தொடங்கி அவன் மேலே சொல்வதற்குள் கபிலரே தொடர்ந்து பேசலானார்.

"அவர்களுக்கு அரிசிச் சோற்றைச் சமைத்து அளிப்பது நம் கடமை. இப்போது எப்படி அரிசி கிடைக்கும் என்ற சந்தேகம் உனக்கு எழக்கூடும். அது கிடைக்கும்படி செய்யலாம் என்று நம்புகிறேன்."

"எப்படிக் கிடைக்கும்?" என்று ஆவலுடன் கேட்டான் பாரி.

"இன்னும் சில நாட்களில் நம்முடைய வீரர்களுக்கு அரிசிச் சோற்றை வழங்க முடியும். பாரீசனுக்கும் நெல்லஞ் சோற்றை நிவேதனம் செய்யலாம்."

கபிலர் உறுதியோடு பேசினார். பேசியபடியே செய்தார்.

கிளிகளுக்கும் குருவிகளுக்கும் ஒவ்வொரு நாளும் தினை முதலியவற்றை வீசுதல் பறம்பு மலையில் வழக்கம் என்பதை முன்பே கண்டோம். அந்தத் தானியங்களைக் கொத்தித் தின்ன வரும் பறவைகள் அங்குள்ள மக்களைக் கண்டு அஞ்சாமல் பழகின. அவற்றோடு கபிலர் பின்னும் நெருங்கிப் பழகினார். பறந்து சென்று அடிவாரத்தில் உள்ள வயல்களை அடைந்து அங்கிருந்து நெற்கதிர்களைப் பறித்து வரும்படியாகப் பழக்கப்படுத்தினார். நூற்றுக் கணக்கான கிளிகளும் குருவிகளும் இந்த வேலையில் ஈடுபட்டன. ஒவ்வொரு நாளும் நெற்கதிர்கள் வந்து குவிந்தன. அவற்றைக் கொண்டு அரிசிச்சோறு சமைத்து இறைவனுக்கு நிவேதனம் செய்து வழிபட்டு வீரர்களுக்குப் பகிர்ந்துகொடுத்தார்கள்.

தம்முடைய மதித்திறத்தால் இந்த அதிசயமான காரியத்தைச் செய்த கபிலரைப் பாரி வணங்கிப் பாராட்டினான். வீரர்கள் வியந்து வியந்து புகழ்ந்தார்கள். தமக்கு விருப்பமான சோறு கிடைத்த பிறகு அவர்களுக்கு ஒரு குறையும் இல்லை.

ஒருநாள் பறம்பு மலையின்மேலிருந்து ஒரு சிறிய பொதி அம்பொன்றிலே கோக்கப்பெற்றுக் கீழே வந்து விழுந்தது. பகைவர்களின் படைவீரர்களிடையே அது விழுந்தவுடன் சிலர் அதை எடுத்துப் படைத் தலைவர்களிடம் கொண்டுபோயினர். அது சோற்றுருண்டையாக இருந்தது. "மேலே இந்தச் சோறு எப்படிச் சென்றது? அவர்களுக்கு நெல் ஏது?" என்ற கேள்விகளை அவர்கள் தமக்குள் கேட்டுக்கொண்டார்கள். "சிவபெருமான் பிரசாதம்; நல்ல சம்பா அரிசிச் சாதம்" என்று எழுதிய நறுக்கோலையும் அந்தப் பொதியோடு இருந்தது.

அதைக் கண்டபோது அவர்களுக்கு அதிசயம் தாங்க முடியவில்லை. அடுத்தபடி மற்றோர் அம்பிலே கோத்துச் சில நெற் கதிர்கள் வந்து விழுந்தன. அவற்றைப் பார்க்கப் பார்க்கப் படையில் உள்ளவர்களுக்கு ஒரே பிரமிப்பாகப் போய்விட்டது. "மலையின் மேல் வெறும் மூங்கில் நெல்லும் பலாப்பழமும் மட்டும் இருக்கின்றன என்றல்லவா நினைத்தோம்? நெல்கூட இருக்கிறதே! சேமித்துவைத்த நெல்லானால் இத்தனை நாளைக்குப் பின்னும் இருக்குமா? மலையின் மேல் நெல் விளையுமா?" என்று அவர்கள் எண்ணி எண்ணிப் பார்த்தார்கள். "பாரிக்கு மக்களுடைய துணையைக் காட்டிலும் கடவுளின் துணை நிரம்ப இருக்கிறது. இல்லையானால், ஒரு சிற்றரசன் முடிமன்னர்களுடைய படைகள் தன் மலையை இவ்வளவு காலம் முற்றுகையிட்டிருக்க, அசையாமல் நலியாமல் விருந்து சாப்பிட்டுக்கொண்டு மேலே இருக்க முடியுமா? அவனுக்கு எப்படி இத்தகைய நிலை உண்டாயிற்று? இது பெரிய அதிசயம்! அற்புதம்!" என்று வியந்தார்கள்.

பறம்பின் மேல் உள்ளவர்களுக்கு உணவுப் பஞ்சம் சிறிதும் இருப்பதாகத் தெரியவில்லை என்ற செய்தியை அங்குள்ள சேனைத் தலைவர்கள் சேர சோழ பாண்டியர்களுக்குத் தெரிவித்தார்கள். "இங்கே நம்முடைய கற்பனைக்கு எட்டாத அற்புதம் நிகழ்கிறது!" என்று தூதுவர்கள் வாயிலாக ஓலை போக்கினார்கள். அதைக் கண்டவுடன் அந்த மன்னர்களே வந்துவிட்டார்கள். வந்து செய்தியை உணர்ந்தபோது அவர்களும் வியப்பதையன்றி வேறு என்ன செய்ய முடியும்?

அவர்கள் வந்திருந்தபோது மீண்டும் ஓர் ஓலை வந்து விழுந்தது. வழக்கம்போல அதில் ஒரு பாட்டு இருந்தது. இந்த முறை பெரிய பாடலாக இல்லை; சிறியதாகவே இருந்தது.

"இந்தப் பெரிய பறம்பு மலையைக் கண்டால் இரக்கந்தான் உண்டாகிறது! இது எத்தனை பேரை வேலை வாங்குகிறது! வேலின் பலத்தைக் கொண்டு இதை வெல்லுதல் மன்னர்களால் முடியாத காரியம். கையிலே பறையை எடுத்து அடித்துப் பாடிக்கொண்டு வரும் பெண்ணாக இருந்தால் இதை எளிதிலே பெற்றுக்கொள்ளலாம்" என்ற செய்தியை அப்பாடல் சொல்லியது.

அளிதோ தானே பேரிருங் குன்றே!
வேலின் வேறல் வேந்தர்க்கோ அரிதே;
நீலத்து, இணைமலர் புரையும் உண்கண்
கிணைமகட்கு எளிதால், பாடிஎன் வரினே.

'நீங்கள் ஆண்களாக இருந்து என்ன பயன்? கையில் வேலும் வில்லும் எடுத்துப் போர் செய்து காட்டிய வீரம் என்ன? ஆண் உருவம் தாங்குவதற்கே தகுதியில்லாதவர்கள் நீங்கள்' என்று குறிப்பாக இடித்துக்காட்டுவது போல இருந்தது பாட்டு.

அதைப் பார்த்தபோது மன்னர்களுக்கு மான உணர்ச்சி மிக்கது. ஆனாலும் என்ன செய்வது? பொறியில் அகப்பட்ட எலிபோல் வெல்லவும் முடியாமல், விட்டுச் செல்லவும் முடியாமல் திண்டாடினர்.

மறுபடியும் ஒரு பாட்டு வந்தது.

கடந்தடு தானை மூவிரும் கூடி
உடன்றனி ராயினும் பறம்புகொளற் கரிதே
முந்நூறு ஊர்த்தே தண்பறம்பு நன்னாடு
முந்நூறு ஊரும் பரிசிலர் பெற்றனர்
யாமும் பாரியும் உளமே
குன்றும் உண்டுநீர் பாடினிர் செலினே.

"பெரிய படைகளையுடைய மூன்று மன்னர்களும் கூடிப் போராடினாலும் இந்தப் பறம்பு மலை கைப்பற்றுவதற்கு அரிது. பறம்பு நாட்டில் முந்நூறு ஊர்கள் இருக்கின்றன. அந்த முந்நூறு ஊர்களையும் பரிசிலர்கள் பெற்றார்கள். இப்போது பாரியும் நானும் இருக்கிறோம். எங்களுக்குப் புகலிடமாகப் பறம்பு மலையும் இருக்கிறது. நீங்கள் பாடிக்கொண்டு வந்தால் எங்களையும் பெறலாம்;

பறம்பையும் பெறலாம்" என்று அந்தப் பாட்டு மீண்டும் குறிப்பாக அவர்களை இகழ்ந்தது.

அதைக் கண்ட மன்னர்களுக்கு, 'இனி இங்கே இருந்தால் ஒவ்வொரு நாளும் ஒவ்வொரு பாட்டு வந்துகொண்டே இருக்கும். வில்லம்பு வந்தாலும் தாங்கலாம்; இந்தச் சொல்லம்பு நம்மால் தாங்க ஒண்ணாதது. ஒவ்வொரு கவிதையும் பாரியின் சிறப்பைக் காட்டுவதோடு நம்மை இழித்தும் கூறுகிறது. இப்பாடல்கள் தமிழுலகத்தில் பிற்காலத்திலும் வழங்கி, நமக்கு மாளாப் பழியை உண்டாக்கும் ஆதலின், இப்போதே நாம் நம்முடைய முயற்சியைக் கைவிட்டுச் செல்வது நலம் என்ற எண்ணமே தோன்றியது. "இவனை வேறு வகையில் வெல்வதற்குரிய சூழ்ச்சியைச் செய்வோம். இப்போதைக்குப் பறம்பு மலையை விட்டு அகலுவோம்" என்று தீர்மானம் செய்தார்கள்.

இரவோடு இரவாக மூவர் படைகளும் அவ்விடத்தை விட்டு அகன்றன. மறுநாள் கதிரவன் எழுந்தான். தன்னைச் சுற்றியிருந்த பகைப்படையாகிய மாசு தீர்ந்து பறம்பு மலை தன் வளம் குன்றாமல் நிமிர்ந்து நின்றது. பாரி வேள், பறம்பு மலையின் சிறப்பும் கபிலருடைய பாடல்களும் துணை செய்ய, மூவேந்தர் படைகளையும் சலிப்புற்று ஓடச்செய்து வெற்றி பெற்றான்.

✺

வஞ்சச் செயல்

பறம்பு மலையை முற்றுகையிட்டுப் பயனின்றி மீண்டு சென்றாலும், சேர சோழ பாண்டியர்களுக்குப் பகையுணர்ச்சி மாறவே இல்லை. அடியுண்ட வேங்கை மீண்டும் கறுவுவது போல அவர்கள் சினம் பின்னும் மிகுதியாயிற்று. நேர்மையான வழியில் பாரியை வெல்ல முடியாதென்பதை நன்கு உணர்ந்த அவர்கள், வஞ்சகமான முறையிலாவது அவனை மடக்கிவிட வேண்டும் என்று கங்கணம் கட்டிக்கொண்டனர். 'எவ்வாறு பிறர் அறியாமல் அவனை வெல்வது?' என்ற யோசனையில் ஆழ்ந்தனர். அவர்களுடைய உடம்பு பாரி எய்த அம்பினால் புண்படவில்லை. ஆனாலும் அவர்களுடைய உள்ளங்கள் கபிலர் எய்த பாடல்களால் புண்பட்டிருந்தன. அந்தப் பாட்டுக்கள் அவர்களை எள்ளி நகையாடின. பாடல்களின் ஒவ்வொரு சொல்லும் மன்னர்களின் மானத்தைக் குலைத்தது; வீரத்தை இழிவு செய்தது; உள்ளத்தைத் தொளைத்தது; அவற்றை எண்ண எண்ண அவர்களுடைய கோபக் கனலில் நெய் வார்த்தது போலாயிற்று.

பாடலில் ஒவ்வொன்றும் பெரும் படையைப்போல அவர்கள் உள்ளத்திலே விரிந்து உருவெடுத்து நின்றது; மீட்டும் மீட்டும், 'பாணர்களுக்கும், விறலியர்களுக்கும் எளிய இந்த மலை உங்களுக்கு அரிது' என்று கூறியது. அவர்கள் உள்ளத்தை உறுத்தியது. ஆனால் அந்த உறுத்தலிலே அவர்களுக்குரிய வஞ்சக வழியும் புலப்பட்டது.

மூன்று மன்னர்களும் ஒருநாள் ஒன்றுகூடி, பாரியை வெல்ல வழி என்ன என்று ஆராய்ந்தார்கள். "இனிப் போர் செய்துவெல்வது என்பது நடவாத காரியம். வஞ்சகமாக அவனை வெல்லவோ, கொல்லவோ வழி இருந்தால் மேற்கொள்ளலாம். நாமே செய்யாமல் மறைவாக நின்று கொல்லக்கூடிய யாரையாவது ஏவி நம் விருப்பத்தை நிறைவேற்றிக்கொள்ளலாம்" என்று பேசினார்கள்.

"அந்தப் பாடல்களிலே ஒரு வழி குறிப்பாகத் தெரிகிறதே!" என்றான் சோழன்.

"என்ன தெரிகிறது?" என்று மற்ற இருவரும் கேட்டார்கள்.

"பாணரும் விறலியரும் யாதொரு தடையும் இன்றிப் பாரியை அணுகலாம் என்பதைத்தானே அந்தப் பாடல்கள் தெரிவிக்கின்றன? அவனை அணுக முடியாமல் தவிக்கும் நமக்கு ஒரு வழியைச் சொல்லித் தருவதாக இல்லையா அது?" என்று சோழன் கேட்டான்.

"அது எப்படி? வீரக்கோலம் வேண்டாம்; பாணராக வாருங் கள்; பாரியின் புகழைப் பாடுங்கள்" என்றல்லவா நம்மைப் பரிகாசம் பண்ணுகின்றன அந்தப் பாடல்கள்? அவை நமக்குத் திரும்பி வருகிற வழியைக் காட்டினவேயொழிய அவனை வெல்லவா வழிகாட்டின?" என்று வினவினான் சேரன்.

"அது உண்மைதான். ஆனாலும் வைரத்தை வைரத்தால் அறுப்பதுபோல அந்தப் பாட்டின் பொருளைத் துணைக் கொண்டே வெல்ல வழி இருக்கிறது. பாணராக நாமே போகவேண்டும் என்பது என்ன? வஞ்சம் புரியும் முரட்டு ஆள் ஒருவனைப் பாணனாக்கி அவன் கையில் யாழைக் கொடுத்து, அவன் பின்னே நன்றாகப் பாடும் பெண் ஒருத்தியை விறலியாக அனுப்பினால் நம் காரியம் எளிதிலே கைகூடும்."

சேரனுக்கும் பாண்டியனுக்கும் இப்போதுதான் சோழனுடைய கருத்து விளங்கியது. "யாழ் மீட்டும் கையாலே பாரியைக் கொன்று விடலாம் என்று நினைக்கிறீர்களா?" என்று கேட்டான் சேரன்.

"ஆம், ஆம்" என்றான் சோழன்.

"பாரியைக் கொல்வதா!" என்று திடுக்கிட்டான் பாண்டியன்.

"கொல்லாமல் வீட்டுக்கு அழைத்து வந்து விருந்து செய்விப்பதா? பாம்பு எவ்வளவு அழகுள்ளதாக இருந்தாலும் நஞ்சுடையதுதானே?" என்று சோழன், பாண்டியனை நோக்கிக் கூறினான்.

"வஞ்சனையால் பாரியைக் கொன்றால் உலகம் உள்ளளவும் பழி நம்மை விடாதே. இந்தப் பாடல்களைக் கண்டு அஞ்சி வந்தோம் நாம். இப்போது கொலை செய்யும் பழிக்கு ஆளாக முற்படுகிறோமே! அது தக்கதுதானா? யோசித்துப் பாருங்கள்" என்று வழுதி மெலிந்த குரலில் கூறினான். தமிழ்ப் புலவர்களுக்குக் கற்பகம் போல விளங்கும் பாரியைக் கொல்ல அவன் மனம் இணங்கவில்லை. அப்படிச் செய்துவிட்டால் உலகம் முழுவதும் ஒரே குரலாக எங்கே சென்றாலும், 'நீ பழிகாரன், நீ கொலைகாரன்!' என்று பழி கூறுமே" என்றெண்ணி அஞ்சினான்.

பாண்டியனுடைய இரக்கத்தையும் அச்சத்தையும் கண்டு சோழன் நகைத்தான். "அரசியலில் இத்தகைய செயல்களைச் செய்வது முறைதான். எல்லாவற்றையும் வெளிப்படையாகவும் நேர்மையாகவும்

செய்து கொண்டிருந்தால் நாம் அரசாள முடியாது. பகைவரை வேரோடு களைந்தெறியாவிட்டால் நமக்கு அமைதியே இராது. எந்த வழியிலாவது பகையை அழித்தல் அரசர்களின் முதற்கடமை. பாரியை ஒழிக்க வழி கண்டுவிட்டோம் என்று மகிழ்வதற்கு மாறாக நீங்கள் அஞ்சுகிறீர்கள். அவனுடைய காலடியில் விழுந்து கிடப்பதைப் போல அவன் மலையடியில் எத்தனை காலம் நம் படைகள் கிடந்தன! அதை நினைத்துப் பார்த்தீர்களா? நாம் பறம்பை முற்றுகையிட்டும் பாரியை வெல்ல முடியவில்லை என்ற பழி இப்பொழுதே நம்மைச் சூழ்ந்துதான் இருக்கிறது. இனி நமக்குப் புதியதாகப் பழி வரவேண்டுமா? பழி வராமல் செய்ய வழி உண்டு. நாம் அனுப்பிய ஆள்தான் பாரியைக் கொன்றான் என்பது மக்களுக்கு எப்படித் தெரியும்? சிறிதும் உண்மையை வெளியிடாமல், உயிர் போனாலும் நம்மைக் காட்டிக் கொடுக்காத ஒற்றர்கள் நம்மிடம் இல்லையா? அவர்கள் மூலமாக நம் காரியத்தைச் சாதித்துக் கொள்வோம்” என்று தன் திட்டத்தை விளக்கினான் சோழன். சேரனும் அவனுடன் சேர்ந்து பாண்டியனுக்கு ஊக்கமூட்டும் வகையில் பேசினான். இறுதியில் பாண்டியன் இந்தப் பாதகச் செயலுக்கு அரைமனத்தோடு இணங்கினான்..

கபிலர் ஊரில் இல்லை. தம்முடைய நண்பர்ளைப் பார்க்கச் சென்றிருந்தார். “இனிமேல் பாரியை யாரும் எதிர்த்துப் போரிட வரமாட்டார்கள்” என்ற எண்ணத்தினால் அவர் பாரியைப் பிரிந்து சிலநாள் சென்றிருந்தார். சில காலமாக மலையின்மேல் அடைத்துக் கிடந்தமையால் வீரர்களும் தம் மனம் போன போக்காக விரும்பின இடங்களுக்கெல்லாம் போய் வந்தார்கள்; உண்பன உண்டு, பூசுவன பூசி, உடுப்பன உடுத்து இன்புற்றார்கள்.

இப்படி இருந்த காலத்தில்தான் மன்னர்கள் ஏவி விட்ட வஞ் சப்பாணர் பாரியை நாடி வந்தனர். யாழிசையாலும் வாய்ப் பாட்டாலும் பாரியை மயக்கினர். சில நாள் அவன் இட்ட விருந்தை அருந்திப் பறம்பு மலையின் மேல் தங்கினர்; மலைவளங் காண வேண்டுமென்று அவனையும் அழைத்துக்கொண்டு சென்றனர். அவனுடன் வந்த மெய் காவலரை ஏதோ ஏவல் சொல்லி அனுப்பி விட்டனர். பறம்பு மலையின் மேல் மரங்களடர்ந்த சூழலில் தன்னைச் சேர்ந்தவர் யாரும் இல்லாதபோது பாரி, வஞ்சகப் பாண வேடம் புனைந்த பாதகன் ஒருவனது வாளுக்கு இரையானான். புலவர்களுக்கு வற்றாது மல்கிய ஊற்று வற்றியது. பொய்யாது பெய்த மேகம் வறண்டது. கற்பக மரத்தை அருமை அறியாத பாவி வெட்டிவிட்டான். காமதேனுவைக் கொன்றுவிட்டான்!

இந்தச் செய்தி பிறருக்குத் தெரிவதற்கு முன்னே அந்த வஞ்சகக் கூட்டத்தார் தம் வேடத்தை மாற்றிக்கொண்டு பறம்பு மலையை விட்டுப் போய் விட்டனர்.

குத்துண்ட பாரி குருதி வெள்ளத்தில் கிடப்பதைக் கண்டவர்கள் அலறினார்கள். பறம்பு நாடே திரண்டு வந்தது. புலவர்கள் கூடினார்கள். கபிலர் இந்தச் செய்தியைக் கேட்டு ஓடி வந்தார். "இந்த நிலையில் உன்னைக் காண்பதற்கா நான் பிரிந்து சென்றேன்!" என்று புலம்பினார். "எந்தப் பாதகனுக்கு உன்னைக் கொல்ல மனம் வந்தது! பறம்பு நாட்டையும் மலையையும் கேட்டாலும் கொடுத் திருப்பாயே! உன் உயிரை வாங்கிவிட்டானே, பாவி! அதனால் அவன் பெற்ற பயன் என்ன?" என்று அரற்றினார்.

"மதுரையும் சங்கமும் எனக்குக் கசந்து போகும் படியாகச் செய்த உன் அன்பு என்னை இந்த மலைக்கு இழுத்துக்கொண்டு வந்ததே! உயிராகவே உன்னை நேசித்தேனே! நான் இறக்க, அப்போது என்னினும் இளையனாகிய நீ புலம்பும் புலம்பலை உலகம் கேட்பது முறையாக இருக்க, நான் உன்னை இழந்து புலம்புவதைக் கேட்க நேர்ந்தது விதிசெய்த கொடுமையல்லவா?" என்று அழுதார். கபிலர் தேம்பித் தேம்பி அழுவது கண்டு அவருக்கும் பாரிக்கும் உள்ள அன்புத் தொடர்பை மக்கள் நன்கு உணர்ந்து கொண்டனர்.

பறம்பு மலை உயிரை இழந்தது; பறம்பு நாடு தலைவனை இழந்தது; புலவர்கள் தங்கள் அரும்பெறல் புரவலனை இழந்து வாடினார்கள். தமிழுலகமே பாரியின் மறைவுக்கு வருந்தியது. "இப்படிக் கரவாக அவ் வள்ளலைக் கொல்லவும் ஒருவனுக்கு மனம் வந்ததே! முல்லைக் கொடியின் தளர்ச்சி கண்டு அதைப் போக்கத் தன் தேரையே நிறுத்தி வைத்த கருணையாளனைச் சிறிதும் இரக்க மின்றி வஞ்சகமாகக் கொல்ல எப்படித்தான் மனித உள்ளம் துணிந்ததோ! அத்தகைய வலிய உள்ளம் படைத்தவர்களும் இந்த உலகில் இருக்கிறார்களே! பாரியைக் கொல்லும் கொடுமையையுடைய அவர்களால் உலகத்துக்கு இன்னும் என்ன என்ன தீங்கு நேருமோ!" என்று சான்றோர்கள் மனம் கரைந்து உருகிப் போனார்கள்.

கபிலர் மக்களுடைய உள்ளப் போக்கை நன்றாக உணர்ந்தவர். பாணராக வந்தவர்களே இந்தப் பழிச் செயலைச் செய்திருக்கவேண்டும் என்று தெளிந்தார். அந்தப் பாணர்களை ஏவி விட்டவர்கள் பகை மன்னர்களாகவே இருக்கவேண்டும் என்றும் அவர் ஊகித்தார். தாம் அனுப்பிய பாடல்களிலே, பாணருக்கும் விறலிக்கும் பாரி எளியன் என்பதைப் பல முறை சொல்லியிருந்தது அவர் நினைவுக்கு வந்தது. அவர் இருதயம் சுரீரென்றது. "ஐயோ! நானே உன்னைக்

கொன்று விட்டேனே! என் பாட்டு உன்னைக் கொல்ல வழி காட்டி விட்டதே! நீ விரும்பிப் பாதுகாத்த தமிழ் உன்னைக் கொன்று விட்டதே! என்னுடைய பாட்டால் நீ இன்புற்றதைக் கண்டு மகிழ்ந்தேனே! அதே பாட்டு உன் உயிரை வாங்க வழிகாட்டி விட்டதே! நீ இயலுக்கும் இசைக்கும் கூத்துக்கும் அடிமையாக நின்றது உன் உயிரை வழங்குவதற்கா? தமிழுக்காக, இசைக்காக எதையும் நீ வழங்குவதற்காகவோ உன் உயிரை அளித்தாய்?" என்று நொந்து நொந்து புலம்பினார். உலகம் முழுவதும் அவருக்குப் பாழாகத் தோன்றியது. வருங்காலம் முழுவதும் வெறுமையாகக் காட்சி அளித்தது. அவருக்குச் சிந்தனையே ஓடவில்லை. துயரக் கடலில் அவர் ஆழ்ந்து கிடந்தார்.

✸

துயர் வெள்ளம்

கபிலரும் பாரியும் ஈருடலும் ஓருயிருமாக வாழ்ந்தவர்கள். பாரியின் பிரிவினால் கபிலரும் உயிர் நீத்திருப்பார். ஆனாலும் அவர் தம் கடமையை எண்ணி, போகின்ற உயிரைத் தாங்கி நின்றார். பாரியின் மகளிராகிய அங்கவை, சங்கவை என்னும் இருவரையும் அநாதைகளாக விட்டுச்செல்ல அவர் விரும்பவில்லை. அவர்களைத் தக்க இடத்தில் சேர்த்துவிட்டே தமக்கு முடிவைத் தேடவேண்டும் என்று தீர்மானித்தார் அவர்.

ஒரு நாட்டுக்கு அரசன் மறைந்தால் உடனே பகையரசர்கள் அந்நாட்டைப் பற்றிக்கொள்வார்கள். பறம்பு நாட்டுக்குத் தலைவனாகிய பாரி இறந்து படவே அருகில் உள்ள பகை மன்னர் அந் நாட்டைக் கைப்பற்றத் தொடங்கினர். "இனி இங்கே இருந்தால் பாரியின் மகளிருக்கும் தீங்கு உண்டாகும்" என்று அஞ்சிக் கடவுள் அருளையும் தம் புலமையையும் நம்பிக் கபிலர் புறப்பட்டுவிட்டார்.

ஒருநாள் இரவு நல்ல நிலா வீசிக்கொண்டிருக்கும் நேரத்தில் அந்த இளம்பெண்களை அழைத்துக் கொண்டு பறம்பு மலையை விட்டுப் புறப்பட்டுப் போகலானார். அத்தனை காலம் தமக்கு இடம் அளித்த அம் மலையைப் பிரிய மனமின்றி மிக்க வருத்தத் தோடே நடந்தார். அந்த இளம்பெண்கள் வள வாழ்க்கையில் இன்புற்றவர்கள்; தமக்கு நேர்ந்த கதியை உணர்ந்து மறுகினார்கள். கபிலர் பற்றுக்கோடாக இருந்ததனால், "இனி நாம் என் செய்வோம்!" என்ற கவலை மிகுதியாக அவர்களுக்கு உண்டாகவில்லை.

அவர்கள் போய்க் கொண்டிருந்தார்கள். நிலா, பால் போல் வீசியது. மக்கள் கதை பேசியும் விளையாடியும் மகிழ்வதற்குரிய நிலா அது. ஆனால் அவர்களுக்கு அதனால் ஒரு பயனும் இல்லை. பகைவர்களுக்கு அஞ்சி ஓடும்போது அது வழிகாட்டும் கை விளக்காக உதவியது; அவ்வளவுதான். பாரி மகளிர் நிலாவைக் கண்டனர். திரும்பிப் பார்த்தனர். பறம்பு மலை நின்றது. அவர்களுக்கு அப்போது பழைய காட்சி ஒன்று நினைவுக்கு வந்தது.

அன்றும் இப்படித்தான் நிலா வீசியது. தம்முடைய தந்தையாகிய பாரியோடு அரண்மனை நிலா முற்றத்தில் அவ்விரண்டு பெண்களும் அமர்ந்திருந்தார்கள். அங்கிருந்து பார்த்தபோது பறம்பு மலையின் அருவிகளும் காடுகளும் தெரிந்தன. அந்த நிலவில் அவற்றிற்குத் தனியழகு உண்டாகியிருந்தது. "என்ன அழகான நிலா!" என்று பாரி சொன்னான். "என்ன அழகான குன்று!" என்று அங்கவை சொன்னாள். "நிலாவும் குன்றும் அழகானவைகளே! ஆனால் எல்லாவற்றையும் விடச் சிறந்தவர் எங்கள் தந்தையார்!" என்று கொஞ்சும் மொழியில் கிளிபோலப் பேசினாள் சங்கவை. அதைக் கேட்டுப் புன்முறுவல் பூத்தான் பாரி.

இந்தக் காட்சியை அந்தப் பெண்கள் நினைத்துப் பார்த்தார்கள். அது நிகழ்ந்து சரியாக ஒரு மாதந்தான் ஆயிற்று. அவர்கள் நெஞ்சு வெடித்து விடுவது போலாகிவிட்டது. அன்று இருந்த நிலை என்ன! இன்று இருக்கும் நிலை என்ன! அவர்கள் உள்ளத்தே துயரம் பொங்கியது; பெருமூச்சு விட்டார்கள்; கண்களில் நீர் தேங்கியது. சிறிது நேரம் கழித்து அந்தக் கண்ணீர் கவிதையாக வழிந்தது.

'அன்று, ஒரு மாதத்துக்கு முன்பு, வெண்ணிலா வீசியபோது, எங்கள் தந்தையார் இருந்தார். எங்கள் குன்றை யாரும் கைப்பற்ற வில்லை. இந்த மாதம் இதோ வெண்ணிலா வீசுகிறது. பகையரசர் எம் குன்றத்தைக் கைப்பற்றிக்கொண்டனர். எம் தந்தையும் இப்போது இல்லை' என்று அந்தச் சோககீதம் புறப்பட்டது.

> அற்றைத் திங்கள் அவ்வெண் ணிலவின்
> எந்தையும் உடையேம்; எம்குன்றும் பிறர்கொளார்;
> இற்றைத் திங்கள் இவ்வெண் ணிலவின்
> வென்றுஎறி முரசின் வேந்தர்எம்
> குன்றும் கொண்டார்; யாம் எந்தையும் இலமே!

இந்தப் பாட்டைக் கேட்டார் கபிலர். அந்தப் பெண்களின் இள நெஞ்சிலுள்ள துயரப் பிழம்பை அது உருவாக்கிக் காட்டியது. அவர் தம் துயரத்தை அடக்கிக் கொண்டிருந்தார், இந்தப் பாட்டைக் கேட்டபிறகு அவரால் அடக்க முடியவில்லை. அது தடை போட்டும் நில்லாமல் பீறிக்கொண்டு புறப்பட்டது.

அவர் தம்முடைய துயரத்தை யாரிடம் சொல்லிக்கொள்வார்? அந்தப் பறம்பு மலையைப் பார்த்தே சொன்னார். "பறம்பு மலையே; உன் மலையைக் கண்டு எனக்குத் துயரம் பொங்குகிறது. பாரி இருந்த காலத்தில் எவ்வளவு சிறப்பெல்லாம் உன்னிடம் நிகழ்ந்தன! எப்போது பார்த்தாலும் விருந்துணவை உண்டோம். பலவகையான

உணவுகளை எப்போதும் சமைத்துக் கொண்டே இருந்தார்கள். நீ எங்களுக்கு விருப்பமுள்ள உறையுளாக இருந்தாய். இப்போது நாங்கள் உன்னை விட்டுப் போகிறோம். பாரி பிரிந்து விட்டான். கண்ணீரும் கம்பலையுமாக, உன்னைப் புகழ்ந்து, இந்த இளம் பெண் களுக்கு ஆதரவான மணாளரைத் தேடிக்கொண்டு போகிறோம்" என்று அவரும் தம் வருத்தத்தையெல்லாம் கொட்டிப் பாடினார்.

"மட்டுவாய் திறப்பவும் மைவிடை வீழ்ப்பவும்,
அட்டான்று ஆனாக் கொழுந் துவை ஊன்சோறு,
பெட்டாங்கு ஈயும் பெருவளம் பழுனி,
நட்டனை மன்னோ முன்னே இனியே,
பாரி மாய்ந்தெனக் கலங்கிக் கையற்று.
நீர்வார் கண்ணேம் தொழுதுரிற் பழிச்சிச்,
சேறும் வாழியோ பெரும்பெயர்ப் பறம்பே,
கோல்திரள் முன்கைக் குறுந்தொடி மகளிர்,
நாறிருங் கூந்தற் கிழவரைப் படர்ந்தே."

சிறிது தூரம் சென்ற பிறகு மறுபடியும் நின்று திரும்பிப் பார்த்தார். பறம்பு மலையின் அருவியைப் பார்த்தார், "பாரி இருந்தபோது இந்த அருவி மட்டுமா இருக்கும்? ஒரு பக்கம் அருவி ஓடும்; மற்றொரு பக்கம் பாணருடைய பாத்திரத்தில் நிறைய வார்த்த தெளிந்த கள் வழிந்து ஓடும். இப்போது? மன்னர்களுக்கெல்லாம் பொல்லாத வனானான் பாரி; ஆனால் எங்களுக்கு எத்தனை இனியவன்! அவன் குன்று இருக்கும் நிலை என்ன!" என்று இரங்கினார்.

மீண்டும் அம் மூவரும் நடக்கலானார்கள். பலநாள் மூவேந்தர் படையும் முற்றுகையிட்டபோது உழவர் உழாத நான்கு வகை உணவுகளைத் தந்த பறம்பைப் பிரிந்து செல்ல முடியாமல் தியங்கித் தியங்கி நின்றார்கள். மறுபடியும் கபிலர் திரும்பிப் பார்த்தார். இப்போது அவர்கள் நெடுந்தூரம் வந்துவிட்டார்கள். மலை கொஞ்சம் கொஞ்சமாக மறைந்து வந்தது. இன்னும் சிறிது தூரம் போகிற வரைக்கும் அது கண்ணுக்குத் தெரியும். அப்பால் அது மறைந்து போகும். கபிலர் இதை நினைந்தார். 'இந்தக் குன்றம் கண்ணிலிருந்து மறைந்து போகும். ஆனால் இதை மறந்து போக முடியாது' என்று வருந்தினார். "இங்கு நின்று பார்த்தால் தெரிகிறது; இன்னும் சிறிது தூரம் சென்று பார்த்தாலும் தெரியும். அப்புறம்?" அவர் கலங்கினார்.

ஈண்டுநின் றோர்க்கும் தோன்றும்; சிறுவரை
சென்று நின் றோர்க்கும் தோன்றும் மன்ற!

என்று பாட்டு வந்தது. குன்றம் புறக்கண்ணுக்கு மறைந்தாலும் அகக் கண்ணில் அவர்கள் கண்ட பழைய காட்சிகள் மறையுமா? பறம்பு மலையில் எங்கே பார்த்தாலும் தேனடைகள் இருந்தன. அவற்றைக் கொண்டு வந்து பிழிந்து கோதைப் போட்டு விடுவார்கள். நிறைய கரும்புக் கட்டை யானைக்குக் கவளமாகக் கொடுக்கையில் அது அதன் சாற்றையெல்லாம் உறிஞ்சிவிட்டுச் சக்கையைப் போட்டால் எப்படியிருக்குமோ, அப்படியிருக்கும் அந்தக் கோதுக் குவியல். அதிலிருந்து தேன் கசிந்துகொண்டிருக்கும். பாரியின் அரண்மனை முற்றத்தில் இந்தக் காட்சியைக் கண்டவர் கபிலர். பாரி தன்பால் வந்தவர்களுக்குத் தேரை வழங்குவதையும் கண்டிருக்கிறார். முல்லைக் கொடிக்கே தேரை வழங்கினவன் மற்றவர்களுக்கு வழங்குவது என்ன வியப்பு? இந்தப் பழைய காட்சிகள் அவருடைய அகத்தே ஒன்றன்பின் ஒன்றாகத் தோன்றின. "இத்தகைய இனிய காட்சிகளைப் பெற்றிருந்த குன்றல்லவா இது?" என்று எண்ணி நெடுமூச் செறிந்தார்.

> ஈண்டுநின் றோர்க்கும் தோன்றும்; சிறுவரை
> சென்று நின் றோர்க்கும் தோன்றும் மன்ற!
> களிறுமென்று இட்ட கவளம் போல
> நறவுப்பிழிந்து இட்ட கோதுடைச் சிதறல்
> வார்அசும்பு ஒழுகும் முன்றில்
> தேர்வீசு இருக்கை நெடியோன் குன்றே.

இப்படி அவர் புலம்பிக்கொண்டே சென்றார். பறம்புமலை கண்ணுக்கு மறைந்தது. அவர்களுடைய துயர் கண்டு பொறாதவன் போலச் சந்திரனும் மறைந்தான். இனி இவர்களுக்கு விரிந்த உலகத்தைக் காட்ட வேண்டுமென்று தோன்றியவனைப் போலக் கதிரவன் உதயமானான். பறம்பு நாட்டின் கடைசி எல்லையை அவர்கள் அணுகிக் கொண்டிருந்தார்கள்.

பறம்பு மலை மறைந்தது. இனிப் பறம்பு நாட்டையும் விட்டுப் போய்விடுவோம் என்று நினைத்தபோதே அந்த நினைவு கபிலர் உள்ளத்தை வாள் போட்டு அறுத்தது. அப்போது அவர்கள் நடந்து சென்ற இடம் வளம் சுருங்கிய இடமாக இருந்தது. ஈச்ச மரங்களை யன்றி வேறு நிழல் மரங்கள் இல்லாத இடம் அது. சிறிது தூரத்தில் உப்பு வண்டிகளை ஓட்டிக்கொண்டு சென்றார்கள். உப்பு வாணிகர் வண்டிகள் ஒன்றன் பின் ஒன்று நீண்ட சாரியாகச் சென்று கொண்டிருந்தன.

ஈச்ச மரத்தின் அடியில் ஒரு சிறிய மேடு. ஈந்திலைகள் உதிர்ந் திருந்த மேடு அது. அங்கவையும் சங்கவையும் அந்த மேட்டின் மேல் ஏறித் தூரத்தில் சென்ற உப்பு வண்டிகளைப் பார்த்தார்கள்.

"அடே அப்பா! எத்தனை வண்டிகள்!" என்று வியந்தார்கள். அவர்கள் முன்பு பாராத காட்சி இது; வறண்ட பாலை நிலத்தில் நிகழ்வது. அவர்கள் அந்த வண்டிகளை, "ஒன்று இரண்டு" என்று எண்ணத் தொடங்கினார்கள்.

அவர்களுடைய வாழ்க்கை பாரியை இழந்தமையால் வறண்ட பாலை ஆகிவிட்டது. இப்போது நிற்கும் இடமும் பாலை நிலம். இந்த நிலையிலும் இளம் பருவத்தினராகையால் அவர்கள் தம் துன்பத்தை மறந்து விநோதமாக உப்பு வண்டிகளை எண்ணிக் கொண்டிருந்தார்கள். இதைக் கண்டபோது கபிலருக்குத் துயரம் பொங்கி வந்தது. "ஐயோ! இப்படித்தானே அன்றும் எண்ணினார்கள்!" என்று எண்ணி மனம் சாம்பினார். முடி மன்னர்கள் பறம்பு மலையை முற்றுகையிட்டிருந்த போது ஒருநாள் அம் மலையில் இருந்தபடியே கீழே தெரிந்த குதிரைகளை அந்த இரண்டு பெண்களும் எண்ணிக்கொண்டிருந்தார்கள். அது இப்போது கபிலரின் நினைவுக்கு வந்தது. பறம்பு மலையில் நின்று சிறிதும் அச்சமின்றிப் போர்ப் படையில் இருந்த குதிரைகளை எண்ணினவர்கள், இன்று ஈச்ச மரத்தின் இலைகள் குவிந்த இடத்தில் ஏறி உப்பு வண்டிகளை எண்ணும்படி ஆயிற்றே!" என்று நைந்தார்.

பாலை நிலத்தை அவர்கள் கடந்தார்கள். முல்லை நிலம் வந்தது. அங்கே அரும்புகள் நிறைந்த முல்லைக் கொடியைக் கண்டார் கபிலர். பாரி முல்லைக்குத் தேர் வழங்கியதை அது நினைப்பூட்டியது. நல்ல வளம் நிறைந்த பறம்பு நாட்டிலே காடுகள் அடர்ந்த முல்லை நிலம் அதிகம். மழை உரிய காலத்தில் பெய்தமையால் எங்கும் வளம் குறையாமல் இருந்தது. "எத்தகைய உற்பாதம் தோன்றினாலும் வயலில் பயிர் நிரம்பி வளரும்; செடிகளில் நிறைய பூ மலரும்; வீடுகளில் கன்று போட்ட பசு வயிறு நிறைய புல்லைத் தின்று மகிழும். பாரியின் செங்கோலாட்சியில் சான்றோர் பலர் வாழ்ந்தார் கள். மழையில்லாப் பஞ்சம் என்பதே இங்கு இல்லை. முல்லை நிலத்தில் எங்கே பார்த்தாலும் முல்லைக்கொடி அரும்பு விட்டு அழகாகப் படரும்; இத்தகைய நாடு அல்லவா இது? இதை விட்டுப் போகும்படி விதிசெய்துவிட்டதே!" என்று உருகினார். அந்த உணர்ச்சி கவியாக வெளியாயிற்று.

பாரி இறந்துவிட்டமையால் பகை மன்னர்கள் அந்த நாட்டைக் கைப்பற்றிக்கொள்வார்கள். தம் மனம் போனபடி அதன் அழகைக் குலைத்துவிடுவார்கள். பகைவர் நாட்டு வயலையும் நீர் நிலை களையும் ஊரையும் அழிப்பது அக்காலத்தில் மன்னர்களுக்கு வழக்கமாக இருந்தது. "பாரியின் செங்கோல் திறத்தினால் மழை

திறம்பாத நாடு இது; இனி என்னாகுமோ!" என்பதை எண்ணும்போது கபிலரது வயிறு குழம்பியது.

அங்கே ஒரு சிறிய ஏரி இருந்தது. சிறிய குவடுகளையும் பெரிய பெரிய பாறைகளையும் கொண்டுவந்து கரைகளை உறுதியாகக் கட்டியிருந்தார்கள். வளைவான கரையின் மேல் அம் மூவரும் நடந்துசென்றார்கள். தெளிந்த நீருடன் விளங்கிய அதைப் பார்த்த போது கபிலர் உள்ளம் கலங்கியது "பகை மன்னர் இதை உடைத்து விடுவார்களே!" என்று வருந்தினார்.

அறையும் பொறையும் மணந்த தலைய
எண்ணாள் திங்கள் அனைய கொடுங்கரைத்
தெண்ணீர்ச் சிறுகுலம் கீள்வது மாதோ!
கூர்வேற் குவைஇய மொய்ம்பின்
தேர்வண் பாரி தண்பறம்பு நாடே!

பாறைகளும் குவடுகளும் பொருந்திய இடத்தை உடையதும், அஷ்டமி சந்திரனைப் போன்று வளைந்ததுமாகிய இந்தக் கரையை யுடைய தெளிந்த நீரைப்பெற்ற குளம் உடைந்து போகுமே! கூரிய வேலையும் பருத்த தோளையும் பெற்ற பாரியினது குளிர்ச்சியை உடைய பறம்பு நாடு இத்தகைய அலங்கோலத்துக்கு உள்ளாகுமே! என்ற பாட்டாக அவர் துயரம் உருக் கொண்டது. இப்படியே பறம்பு நாட்டின் பழம்பெருமையை நினைத்தும், அது இனி அழிந்து போகுமே என்று வருந்தியும் கபிலர் நடந்து சென்றார். தாயும் தந்தையும் அற்ற அங்கவை சங்கவை என்னும் இரண்டு பெண் கொடிகளுக்குப் பற்றுக்கோடாக யாரையேனும் கண்டு ஒப்பிக்க வேண்டும் என்ற ஒரே நோக்கத்தோடு அவர்களை அழைத்துக் கொண்டு அவர் சென்றார்.

✸

மண முயற்சி

பறம்பு நாட்டைவிட்டுப் பாதுகாப்பான இடத்திற்குப் பாரி மகளிரை அழைத்துச் சென்றார் கபிலர். அவருக்கு இப்போது ஒரு கடமைதான் முன் நின்றது. அந்த இரண்டு பெண்களையும் தக்க கணவருக்கு மணம் செய்து கொடுத்துவிட்டால் அப்பால் இவ்வுலகில் வாழ வேண்டிய அவசியம் அவருக்கு இராது. பாரி இல்லாத உலகத்தில் வாழ அவர் விரும்பவில்லை. ஆகவே, யாருக்கு அப் பெண்களை மணம் செய்து கொடுப்பது என்ற ஆராய்ச்சியே அவருக்குப் பெரிதாயிற்று

தமக்குத் தெரிந்தவர்களைப் பற்றியெல்லாம் நினைந்து பார்த் தார். அறிந்தாரிடமும் கேட்டுத் தெரிந்துகொண்டார். விச்சி என்ற மலைக்குத் தலைவனாக இருந்த விச்சிக்கோன் என்னும் சிற்றரசனைப் பற்றிக் கேள்வியுற்றார். விச்சி மலை நல்ல வளமுடையது என்பதை அவர் முன்பே அறிவார். ஆதலின் அவனை அணுக எண்ணினார்.

பாரியின் மகளிரை அழைத்துக்கொண்டு விச்சி மலைக்குச் சென்றார். பலமுறை வேண்டிய பின்னர் வருவதற்குரிய அந்தப் பெரும் புலவர் தன்னை நாடி வந்ததனை அறிந்து விச்சிக்கோன் வியந்தான்; அன்புடன் வரவேற்றான்; பாரி வேளை வஞ்சனையால் யாரோ கொன்றனர் என்ற செய்தியை அவன் அறிந்திருந்தான். கபிலரைக் கண்டு வணங்கி, இருக்கச் செய்தான். அவருடன் வந்திருந்த பெண்களைப் பார்த்தான். அப்போது தாம் வந்த காரியத்தைக் கபிலரே சொல்லத் தொடங்கினார். பெரும் புலவராதலின் தம் கருத்தைப் பாட்டாகவே சொல்லலானார். விச்சிக்கோவின் மலை வளத்தை முதலில் எடுத்துரைத்தார்.

"நின் மலையில் குளிர்ந்த சாரலில் பலாமரங்கள் ஓங்கி வளர்ந் திருக்கின்றன. பச்சைப் பசேலென்று தழைத்த இலைகளும், கண்டால் நாவில் நீர் ஊறச் செய்யும் கனிகளும் அவற்றில் நிறைந்துள்ளன. பலாப்பழத்தை அங்குள்ள ஆண் குரங்கு பறித்து உண்டு அதன் சுவையை உணர்கிறது. உடனே தன் மனைவியாகிய மந்திக்கும்

கொண்டு போய் அதனை அளித்து உண்ணச் செய்து மகிழ்கிறது. அப்பால் மலையின் உச்சிக்குப் போய் அங்கே உள்ளே மூங்கிலில் அவ்விரண்டும் துயில்கின்றன. இத்தகைய காட்சிக்கு இடமான மலையை உடையவனே!"

பனிவரை நிவந்த பாசிலைப் பலவின்
கனிகவர்ந்து உண்ட கருவிரற் கடுவன்
செம்முக மந்தியொடு சிறந்துசேண் விளங்கி
மழைமிசை அறியா மால்வரை அடுக்கத்துக்
கழைமிசைத் துஞ்சும் கல்லக வெற்ப!

பிறகு அவனுடைய வேலையும் யானையையும் அணிகலனையும் பாராட்டினார்.

பகைவருடைய உடலின் நிணத்தைத் தின்று களித்த, நெருப்புப் போலப் பளபளக்கும் இலையையுடைய நெடிய வேலையும், போர்க் களத்தைத் தன் ஆற்றலால் தன்னுடையதாக்கிக் கொண்டு சீறும், எதற்கும் அஞ்சாத கடுமையையுடைய யானையையும், ஒளி விடும் மணிகளைப் பதித்துச் செய்த வளைந்த அணிகலன்களையும் பெற்ற விச்சிக்கோவே!"

நிணம் தின்று செருக்கிய நெருப்புத்தலை நெடுவேல்,
களங்கொண்டு கனலும் கடுங்கண் யானை,
விளங்குமணிக் கொடும்பூண் விச்சிக் கோவே!

பின்பு, பாரி மகளிரை இன்னாரென்று கூறினார்.

"இவர்கள் யார் தெரியுமா? எப்போதும் அலங்கரித்து வைத்தாற் போல மலர்களைப் பெற்று விளங்கும் முல்லைக் கொடியானது, புலவர்களைப் போல நாவில் தழும்பு உண்டாகும்படி பாடா விட்டாலும், அதன் தளர்ந்த நிலையை நோக்கி, ஒலிக்கும் மணியை யுடைய என் தேரை இது கொழுகொம்பாகக் கொள்ளட்டும் என்று கொடுத்தவன், பரவிய புகழையுடையவனாகிய பாரி. அவனுடைய மகளிர் இவர்கள்."

இவரே, பூந்தலை அறாஅப் புனைகொடி முல்லை
நாத்தழும்ப இருப்பப் பாடா தாயினும்
கறங்குமணி நெடுந்தேர் கொள்கெனக் கொடுத்த
பரந்தோங்கு சிறப்பிற் பாரி மகளிர்.

பிறகு தாம் வந்த காரியத்தைத் தெரிவித்துப் பாட்டை முடித்தார். "சினத்தாற் செய்யும் போரில் அடங்காத பகை மன்னரை அடக்கும் ஆற்றலையும் என்றும் குறையாத விளைவையுடைய நாட்டையும் உடையவனே! நான் இப்போது பரிசிலனாக வந்திருக்கிறேன்! ஆதலின் கேட்டதைக் கொடுக்க வேண்டும். நான் அந்தணன்; இந்தக் காரியத்துக்குத் தூது வரும் தகுதி உடையவன். நீயோ யார் யாரை எப்படி வணங்கச் செய்ய வேண்டுமோ அப்படி அடக்கும் வாள் வீரன்; ஆதலின், இப் பெண்களுக்கு ஏற்ற கணவன். உனக்கு நான் இவரை மணம் செய்து கொடுக்க எண்ணுகிறேன். நீ கொள்வாயாக!"

யானே, பரிசிலன்; மன்னும் அந்தணன்; நீயே
வரிசையில் வணக்கும் வாள்மேம் படுநன்;
நினக்கியாள் கொடுப்பக் கொண்மதி; சினப்போர்
அடங்கா மன்னரை அடக்கும்
மடங்கா விளையுள் நாடுகிழ வோயே.

கபிலர் இதைக் கூறியவுடன் விச்சிக்கோன், "அப்படியே ஆகட்டும்" என்று சொல்லவில்லை. சற்றே யோசித்தான்.

"என்ன யோசிக்கிறாய்?" என்று கேட்டார் கபிலர்.

மூவேந்தரும் பாரி மகளிரை விரும்பிப் போர் செய்ததை அவன் அறிந்தவன். அவரைத் தான் மணந்து கொண்டால் அந்த மன்னர் களின் பகை தனக்கு நேருமோ என்று அவன் அஞ்சினான். அதனால் தன் வாயிலைத் தேடி வந்தும் திருமகளைப் போன்ற அந்த அழகிகளை மணக்கும் துணிவு அவனுக்கு உண்டாகவில்லை. தன் கருத்தைக் குறிப்பாகக் கபிலருக்குத் தெரிவித்தான். காதல் செய்து மணம்புரிய வேண்டிய அக் கன்னியரை வற்புறுத்தி ஒருவனுக்கு அளிக்கக் கபிலருக்கு மனம் இல்லை. மேல் ஒன்றும் பேசாமல் அவர் பாரி மகளிரையும் அழைத்துக்கொண்டு விச்சிக்கோனிடம் விடைபெற்றுப் புறப்பட்டுவிட்டார்.

மூவேந்தர்கள் பாரியினிடம் தூது விட்டு மணக்க விரும்பிய பெண்கள் அவர்கள். அறிவிலும் பண்பிலும் மிக மிகச் சிறந்தவர்கள். அவர்களை முடி மன்னர்களுக்குக் கொடுக்க மாட்டேன் என்று மறுத்தான் பாரி. இப்போதோ, கபிலர் தாமாக ஒருவனை நாடிச் சென்று, "இவர்களை மணந்துகொள்" என்று சொன்னார். அவன் மாட்டேன் என்கிறான். விதியின் விளையாட்டை என்னவென்று சொல்வது! தமிழுலகம் போற்றும் கபிலர் விருப்பத்தை அறிந்தும்

 நற்றிணை பதிப்பகம் ★ 61

மறுக்கத் துணிந்தான் விச்சிக்கோன். இதைவிட அப் புலவர் பெருமானுக்கு வருத்தத்தைத் தருவது வேறு என்ன வேண்டும்? 'உலகம் பொல்லாதது. இதில் இனி நாம் மானத்துடன் வாழ முடியாது என்ற எண்ணமே அவருள்ளத்தில் மேலோங்கி நின்றது.

மறுபடியும் யாரை நாடுவது? இதுவே கபிலருடைய கவலையாகி விட்டது. பெண்ணைப் பெற்ற தந்தைக்குக்கூட இல்லாத கடமை யுணர்ச்சியும் ஏக்கமும் அவரிடம் குடிகொண்டன. ஹொய்சள வம்சத்தில் பிறந்தவனும், வேள் எவ்வி என்ற வள்ளலின் வழி வந்தவனுமாகிய இருங்கோவேள் என்ற குறுநில மன்னன் மண மாகாதவன் என்று தெரியவந்தது. அவனை அணுகித் தம் கருத்தை அறிவித்துப் பாரி மகளிரை இல்வாழ்க்கையில் புகுத்தலாம் என்று எண்ணிப் புறப்பட்டார்.

இருங்கோவேள் அரையம் என்னும் மலையை நடுவிலே கொண்ட நாட்டையுடையவன். பாரி மகளிரையும் அழைத்துக் கொண்டு கபிலர் அவன் இருக்கும் இடத்தை அடைந்தார். "இவர்கள் தன்னுடைய நாட்டு ஊர்களையெல்லாம் புலவருக்கும் பாணருக்கும் அளித்துத் தேரை முல்லைக்கு அளித்த பாரி வேளின் மகளிர், யான் இவர்களின் தந்தைக்குத் தோழன். இவர்களை என் மகளிராகவே ஏற்றுக்கொண்டிருக்கிறேன். அந்தணப் புலவனாகிய யான் இவர் களுக்குரிய மணாளனைத் தேடி வந்திருக்கிறேன். துவார சமுத் திரத்தை ஆண்ட மன்னர் வழி வந்தவன் நீ. வேளிர்களுக்குள் சிறந்த வேள். யான் இவர்களை மணம் புரிந்து தருகிறேன். இவர்களை நீ உன் மனைவியராக ஏற்றுக்கொள்ள வேண்டும்" என்று அவனிடம் சொன்னார்.

அவன் அவர் சொன்னதைப் பணிவாகக் கேட்கவில்லை. அவர்கள் கிடைத்தற்கு அரியவர்கள் என்பதை எண்ணவில்லை. "எங்கோ பிறந்து வளர்ந்த பெண்களை ஒரு தொடர்பும் இல்லாத நீர் கொணர்ந்து தர நான் மணம் செய்துகொள்வதாவது!" என்று இழிவுக் குறிப்புத் தோன்றப் பேசினான்.

யாருடைய வாயிலுக்கும் சென்று எனக்கு இன்னது வேண்டும் என்று கேட்டறியாத கபிலர், அங்கே வாய் திறந்து தம் விருப்பத்தைச் சொல்லியும் இருங்கோவேள் கேட்கவில்லை, விச்சிக்கோன் அந்தப் பெண்களை மணக்க மறுத்தபோதே அவருக்கு மிக்க வருத்தம் உண்டாயிற்று. அவன் தக்க காரணத்தைக் கூறினான். இங்கே, இருங்கோவேளோ எடுப்பாகப் பேசினான். 'இவனைக் குறைகூறிப் பயன் இல்லை. நாம் வலிய வந்தது பிழை' என்று தம்மைத்தாமே

அப் புலவர் பெருமான் நொந்துகொண்டார். பாரியைப் பிரிந்து இடிந்துபோன அவர் நெஞ்சம் இப்போது சிதறியது; கோபமும் மூண்டது. "புலவர்களைப் புறக்கணிப்பதனால் என்ன கேடு உண்டாகும் என்பதை நீ உணரவில்லை. உன்னுடைய குலத்தில் முன்பு ஒருவன் கழாத்தலையார் என்ற புலவரை இகழ்ந்தான். அதனால் அவன் மங்கி மாய்ந்தான். அவனுடைய அரையம் என்ற நகரும் அழிந்தது. உங்கள் குலத்தில் அப்படி ஒருவன் இருந்ததை நினைக்காமல், எவ்வி என்பவன் பிறந்த குலமாயிற்றே என்று எண்ணி வந்தேன். நான் தெரியாமல் வந்துவிட்டேன். நான் சொன்னவற்றைப் பொறுத்துக்கொள். இதோ புறப்படுகிறேன். உன் வேல் வெல்லட்டும்!" என்று சொல்லிவிட்டுத் திரும்பிப் பாராமல் அவ்விடத்தை விட்டு அகன்றார்.

✱

கபிலர் மறைவு

கபிலருக்கு உலகத்தைக் காணக் காண வெறுப்பு உண்டாயிற்று. இரண்டிடங்களில் முயன்றும் பாரி மகளிரைக் கொள்ள யாரும் முன் வரவில்லை. "இப்படியே ஒவ்வொருவரிடமாகப் போய்க் கொண்டே இருப்பதா? அதைக் காட்டிலும் மானக்கேடான செயல் வேறு இல்லை. நம்முடைய மதிப்புக் குறைந்து விட்டதா? அல்லது இந்தப் பெண்களின் அழகுதான் குறைந்து போயிற்றா? பாரி இருந்தால் இவர்களுக்கு எத்தகைய சிறந்த கணவர்கள் வாய்ப்பார்கள்! விலை போகாத பண்டத்தை வீடுதோறும் கொண்டு போய், "நீங்கள் வாங்கிக் கொள்ளுங்கள்; நீங்கள் வாங்கிக் கொள்ளுங்கள்" என்று கெஞ்சுவதுபோல அல்லவா ஆகிவிட்டது என் பிழைப்பு? சீ! இனி இப்படிச் செய்யக்கூடாது. இவர்கள் தலைவிதியின்படி எல்லாம் நடைபெறும். இவர்களுக்கு ஏற்ற கணவரைத் தேடிவிட்டுத்தான் மறுகாரியம் பார்ப்பேன் என்று துணிந்தது பெரிய பேதைமை யன்றோ? எல்லாவற்றையும் கூட்டுவிக்கும் இறைவன் திருவருள் சுரந்தாலன்றி, எத்தனை முயன்றாலும் நாம் எண்ணியது நிறைவேறாது என்பதை எவ்வளவு தெளிவாகக் காண்கிறேன்! இனி இந்தப் பாரத்தை இறக்கிவிட வேண்டியதுதான்" என்று கபிலர் சிந்திக்க லானார்.

இவர்களுக்கு மணம் புரிந்து பார்க்க இயலாவிட்டாலும் எங்காவது தக்காரிடத்தில் அடைக்கலமாக ஒப்பித்துவிட்டு நாம் இந்த உலக வாழ்க்கையை நீக்க வேண்டும் என்று எண்ணினார். அப்போது அவர் திருக்கோவலூரை அடுத்த ஓர் ஊரில் வந்து தங்கினார். அங்குள்ள அந்தணர்களின் உபசாரத்தைப் பெற்றுச் சில நாட்கள் இருந்தார். அப்போதுதான் இத்தகைய சிந்தனையில் ஆழ்ந்தார்.

பாரி மகளிரைக் காணும்போதெல்லாம் கபிலர் மனம் உளைந்தது. மிக்க வருத்தம் இன்றி எளிதிலே அவர்களுடைய திருமணத்தை முடித்து விடலாம் என்ற எண்ணம், பறம்பு மலையை விட்டு வந்த போது அவருக்கு இருந்தது. இந்தச் சில நாட்களுக்குள்ளே அந்த எண்ணம் பொடிப் பொடியாகி அழிந்தது. மனம் புண்ணாகி

விட்டது. ஒருகால் அவர் உலகத்தை வைதார்; மற்றொருகால் தம்முடைய ஊழ்வினையை நொந்து கொண்டார்; பின்னும் ஒருகால் பாரி மகளிரின் விதியைக் குறை கூறினார். எதைக் குறை கூறி என்ன பயன்? "இனி என்ன செய்வது?" என்ற கேள்வியே அவர் முன்னே நின்று அச்சுறுத்தியது. தம்மைப்பற்றி அவர் கவலைப்பட வில்லை. அந்த இரண்டு பெண்களையும் யாரிடம் விடுவது என்பது பற்றியே அவர் கவலையுற்றார்.

அவர் தங்கியிருந்த இடத்தில் வாழ்ந்த அந்தணர் மிகவும் அன்போடு அவர்களை உபசரித்தார். சிறந்த ஒழுக்கமும் அன்பும் உடையவர் அவ்வந்தணர். முதுமைப் பருவத்தினர். 'இவரிடமே அடைக்கலமாக விட்டுவிட்டுச்செல்லலாம்' என்று தோன்றியது கபிலருக்கு. "பெருமானே, இந்த இளம் பெண்களைத் தங்கள் பாதுகாப்பில் விட்டுச் செல்லலாம் என்று நினைக்கிறேன். யாத்திரை செய்யவேண்டும் என்ற விருப்பம் நெடு நாட்களாக எனக்கு உண்டு. தங்கள் உதவி இருந்தால் அது நிறைவேறும். இந்தக் குழந்தைகளைப் பாதுகாக்க வேண்டுமே என்ற கவலையால் என் விருப்பத்தை இதுவரையில் நிறைவேற்றிக் கொள்ள முடியாமற் போயிற்று. நான் யாத்திரையிலிருந்து மீள்வேன் என்ற உறுதி இல்லை. இவர்களைக் காப்பாற்றும் பொறுப்பைத் தங்களிடமே விடுகிறேன். இவர்களுக்கு ஏற்ற கணவன்மார் கிடைப்பார்களானால் தாங்களே இவர்களுக்குத் தந்தையாக இருந்து திருமணம் செய்து கொடுங்கள். உயர் குலத்திற் பிறந்த இந்தப் பெண்கள் விதியின் கொடுமையால் இப்படி வர நேர்ந்துவிட்டது. எனக்கு ஏதேனும் கிடைக்குமானால் கொண்டு வந்து தருகிறேன்; திருமணத்துக்குப் பயன்படுத்திக் கொள்ளலாம்; இல்லையானால் கடவுள் விட்ட வழி ஆகட்டும்" என்று மிக்க பணிவுடன் கபிலர் அந்த அந்தணரிடம் வேண்டினார்.

அவர் அதற்கு இணங்கினார். 'நமக்கு இருக்கும் பொல்லாத வேளையில் இதுவாவது நல்லதாக முடிந்ததே!' என்று ஆறுதல் பெற்றார் புலவர் பிரான். பாரி மகளிருக்கும் ஆறுதலான வார்த்தை களைக் கூறிவிட்டு அவர் புறப்பட்டார்.

'பாரிக்குப் பின் உலகில் நல்லவர்களே இல்லை போல் இருக் கிறது!' என்று எண்ணியிருந்த அவருக்குச் சேர அரசன் செல்வக் கடுங்கோ வாழியாதன் ஈகையிற் சிறந்தவனாக இருக்கிறான் என்று யாரோ சொன்னது காதில் விழுந்தது. 'அப்படியானால் அவனைப் பார்த்து விட்டு வருவோம்' என்று சேர நாட்டுக்குச் சென்றார். வஞ்சிமா நகரத்தை அடைந்தார். அப்போது அங்கே அரசாண்டிருந்த செல்வக் கடுங்கோ வாழியாதன் உண்மையிலே பரிசிலரைத் தாங்கும் பண்புடையவனாக இருந்தான். பறம்பை முற்றுகையிட்டவன் சேரர்

நற்றிணை பதிப்பகம் ★ 65

குலத்தில் வேறொரு கிளையில் தோன்றிய மன்னன், வாழியாதனோ அவனைப் போலன்றி நேர்மையும் ஈகையும் உடையவனாக விளங்கினான்.

கபிலர் தன்னை நாடி வந்திருப்பது தெரிந்து அவன் அவரை எதிர்கொண்டு அழைத்துச் சென்றான்; பலவகையாக உபசரித்தான். அப்போது கபிலர். "நான் இங்கே எதையும் இரந்து கேட்கும்பொருட்டு வரவில்லை. எதையும் மிகைப்படுத்திக் கூற மாட்டேன். பாரியை இழந்த பிறகு அவனைப்போல யாரும் இல்லை என்று எண்ணி யிருந்தேன். நீ சிறந்த கொடை வள்ளலாக விளங்குகிறாய் என்று கேள்வியுற்றேன். உன்னைப் பார்த்துச் செல்லலாம் என்று வந்தேன்" என்றார். "எந்தக் கருத்தோடு வந்தாலும், நீங்கள் என்னையும் பொருட்படுத்தி வந்தது கிடைத்தற்கரிய பேறென்றே கருதுகிறேன்" என்று சேரமான் அன்பு ததும்பக் கூறினான்.

கபிலர் வஞ்சிமா நகரில் சில காலம் தங்கியிருந்தார். சேரமானு டைய சிறந்த பண்புகளைக் கண்டு மகிழ்ந்தார். அவன்மீது பத்துப் பாடல்களைப் பாடினார்.

(இப்பாடல்கள் பதிற்றுப்பத்தில் ஏழாம் பத்தாக அமைந்திருக் கின்றன.)

பின்பு, அம் மன்னனிடம் விடை பெற்றபோது அவன் பொன்னும் பொருளும் தந்ததோடு பல ஊர்கள் அடங்கிய ஒரு நாட்டையே அளித்தான். அவற்றைப் பெற்றுக் கொண்ட கபிலர் நேரே பாரி மகளிர் வாழும் இடத்துக்கு வந்து சேர்ந்தார். தாம் பெற்ற பொன்னை யும் பிறவற்றையும் அவர்களைப் பாதுகாத்த அந்தணரிடம் ஈந்து, "இறைவன் திருவருளைத் துணைக்கொண்டு இவர்களுக்குத் தக்க இடத்தில் மணம் முடித்து வைத்துவிடுங்கள். நான் போய் வருகிறேன். இனி என்னைக் காண முடியாது" என்று சொல்லி விடை பெற்றுக் கொண்டார்.

உலக வாழ்வு அவருக்கு வெறுத்துப் போயிற்று. பாரியோடு மறு உலகத்தில் சேர்ந்து வாழவேண்டும் என்ற எண்ணம் வலியுற்றது. "இனி நம்மால் உலகத்தில் ஆகவேண்டிய செயல் ஒன்றும் இல்லை. நாம் பாடிய பாடல்களிலே பாரியும் வாழ்வான்; நாமும் வாழ்வோம். இனி விரதம் இருந்து உயிரை விடுவதே தக்க செயல்" என்று எண்ணினார்.

பாரியை நினைத்தபோதெல்லாம் அவருக்குத் துயரம் உண்டாயிற்று. "குரங்குகள் கீறி உண்ட பழம் நன்றாகக் கனிந்திருப்பது கண்டு, குறவர்கள் அதைப் பறித்து வீட்டுக்குக் கொண்டு வந்து பல நாட்களுக்கு வைத்துக் கொண்டு உண்ணுவார்கள், உன்னுடைய

நாட்டில்! அத்தகை வளமான நாட்டையுடைய பாரியே, நீ என்னோடு மனம் ஒன்றிய நண்பன் என்று நினைத்தேன். ஆனால் அந்த நட்புக்கு ஏற்றபடி நீ நடந்து கொள்ளவில்லை. நீ என்னைப் பாதுகாத்த காலமெல்லாம் உன் மனத்துக்குள் என்னைப்பற்றிய வெறுப்பு இருந் திருக்கவேண்டும். உன்னுடைய பெருமைக்கு ஏற்றவனாக நான் இருக்கவில்லை. அதனால்தான் நீ என்னை இங்கே விட்டுவிட்டுப் போய்விட்டாய். உன்னோடு கூட்டிப் போகாமல், இங்கேயே கிட என்று நீ மறைந்தாய். நான் உனக்கு ஏற்ற நண்பன் அல்லாவிட்டாலும், நல்வினையானது சில காலமேனும் உன்னோடு ஒருங்கு வாழும்படி செய்தது. இம்மையிலே எனக்குத் தகுதியில்லாமல் இருந்தாலும் உன்னோடு என்னைக் கூட்டிவைத்த அந்த நல்லூழ் இப்போதும் என்னை உன்னோடு சேரும்படி செய்யட்டும். நான் இனி உன்னைப் பிரிந்து வாழமாட்டேன்!" என்று அவர் சொல்லிக் கொண்டார். உணர்ச்சியோடு வந்த அந்த வார்த்தைகள் கவியாகவே அமைத்தன.

> இனையை யாதலின் நினக்கு மற்றியான்
> மேயினேன் அன்மை யானே ஆயினும்
> இம்மை போலக் காட்டி உம்மை
> இடையில் காட்சி நின்னோடு
> உடனுறைவு ஆக்குக உயர்த்த பாலே!

என்று அந்தப் பாட்டை முடித்திருந்தார்.

இந்தப் பாட்டுத்தான் அந்த நல்லிசைச் சான்றோரின் இறுதிப் பாட்டாயிற்று. பாரிக்கும் அவருக்கும் இருந்த நட்புக்கு உவமையாக வேறு எதைச் சொல்ல முடியும்? பாரியை எண்ணியபடியே அப் புலவர் பெருமான் தீ மூட்டி அதில் பாய்ந்து உயிர் நீத்தார். அங்கு உள்ளவர் இந்தச் செய்தியை அறிந்து தடுத்தும், கபிலர் தம் கருத்தின் படியே இவ்வுடம்பைத் தீக் கடவுளுக்கு உணவாக்கிப் பாரியோடு கலந்துகொண்டார்.

அவ்விருவருடைய நட்பின் பெருமையைத் தமிழுலகத்துச் சான்றோர் வியந்து பாராட்டினர். கபிலர் தீக்குளித்த இடத்தில் ஒரு கல்லை நாட்டி அவ்விடத்தில் உள்ள மக்கள் வழிபட்டார்கள். அந்தக் கல்லுக்குக் கபிலக்கல் என்ற பெயர் வழங்கியது.

திருக்கோவல் வீரட்டத்தில் உள்ள சிவாலயத்தில் செய்யுளுரு வத்தில் அமைந்திருக்கும் கல்வெட்டிலிருந்து இந்தச் செய்தி தெரிய வருகிறது.

✸

திருமணம்

கபிலர் உயிர் நீத்ததை அறிந்த அங்கவையும் சங்கவையும் துடித்துப் போயினர். தம் தந்தையை இழந்தபோதுகூட அவர்களுக்கு அத்துணைத் துயரம் உண்டாகவில்லை.

மணமாகாத கன்னிப் பெண்களாக வாழ்ந்த அவர்களைப் புலவர் உலகம் மரியாதையோடு பாராட்டியது. புலமை மிக்க ஔவைப் பிராட்டியார் பாரிவேளை நன்கு அறிந்தவர். கபிலர் பெருமையையும் உணர்ந்தவர். அவருக்குக் கபிலர் தீப்பாய்ந்த செய்தியோடு, பாரியின் மகளிர் அந்தணர் வீட்டில் வாழ்ந்து வந்ததும் தெரியவந்தது. அவ்விடத்துக்குச் சென்று பாரி மகளிரைக் கண்டார்.

ஔவையாரைக் கண்டதும் அந்த மகளிர் இருவரும் புலம்பி அழுதார்கள். கடல் உடைத்துக் கொண்டதுபோல. அதுகாறும் தேங்கியிருந்த துயரம் வெள்ளமாகப் பொங்கியது. "எங்களுக்காகக் கபிலர் எத்தனை தொல்லைகளை அடைந்தார்! எங்களால்தான் மனம் வெறுத்துப் போய் உயிரை மாய்த்துக்கொண்டார். நாங்கள் பூமிக்குப் பாரமாக வாழ்கிறோம். அந்தப் புலவர்பிரான் புண்ணியம் பண்ணியவர். எங்கள் தந்தையாருடன் சேர்ந்து கொண்டார். நாங்களோ எல்லாவற்றையும் இழந்தோம். எல்லாரையும் இழந்தோம். 'நாளைக்கு என்ன நிகழப்போகிறது' என்று தெரியாமல், யாருக்கும் பயன்படாத பெண்மையைச் சுமந்துகொண்டு உயிர் வாழ்கிறோம்!" என்று அரற்றினார்கள்.

ஔவையாருக்கே அவர்களுடைய நிலை பொறுக்க முடியாத தாக இருந்தது. பெண்ணுள்ளம் பெண்ணுள்ளத்தை அறியும் அல்லவா? அவர்களின் கண்ணைத் துடைத்தார். என் கண்மணிகளே, நீங்கள் வருத்தப்பட வேண்டாம். எல்லாம் இறைவனுடைய ஆணையின்படி நடக்கும். நாம் வருந்தி என்ன செய்வது! நான் முன்பே உங்களிடம் வந்து உங்களைப் பார்த்திருக்க வேண்டும். கபிலருடைய பாதுகாப்பில் நீங்கள் இருக்கிறீர்கள் என்று எண்ணிக்கொண்டிருந்தேன். நல்ல வேளை! இப்போதாவது வந்தேனே என்று ஆறுதல் அடைகிறேன். இனி நீங்கள் கவலையுற வேண்டாம். சென்றவற்றை மறந்து

விடுங்கள். பாரியையும் கபிலரையும் மீட்டும் என்னால் கொண்டு வர முடியாது. அவர்கள் நன்றாக வாழ்ந்தார்கள்; மறைந்தார்கள். உங்கள் வாழ்வு இனிமேல்தான் தொடங்கப்போகிறது. பாரியின் புண்ணியமும் கபிலரின் தவமும் உங்களைக் காப்பாற்றும். உங்களை இல்வாழ்க்கையிலே நிலைநிறுத்திய பின்புதான் வேறு வேலை பார்ப்பதென்று நான் உறுதி பூண்டு விட்டேன். இறைவன் திருவருள் துணை செய்ய வேண்டும்" என்று தம்முடைய அன்பையெல்லாம் குழைத்துப் பேசினார்.

ஔவையாரின் பெருமையை அங்கவையும் சங்கவையும் நன்கு உணர்ந்தவர்கள். அவர் சொல்லுக்குரிய மதிப்பையும் உணர்வார்கள். ஆகவே, அப் பிராட்டியார் இரக்கமும் அன்பும் கொண்டு கூறிய அச் சொற்கள் அவர்களுடைய துயரத்துக்கு மருந்துபோல உதவின. 'இனி யார் நமக்குத் துணை?' என்று ஏங்கியிருந்த அவர்களுக்கு ஔவையாரின் பேச்சு நம்பிக்கையை உண்டாக்கியது. நிழல் இல்லாத பாலைவனத்தில் தனி மரம் ஒன்று கிடைத்ததுபோல இருந்தது.

"நீங்கள் என்ன சொன்னாலும் அப்படியே செய்ய ஆயத்தமாக இருக்கிறோம். நீங்கள் கைவிட்டுவிட்டால் நாங்களும் கபிலர் காட்டிய வழியைப் பின்பற்ற வேண்டியதுதான்" என்று அவர்கள் ஔவையாரிடம் தெரிவித்துக் கொண்டார்கள்.

"இனிமேல் அப்படிப் பேசாதீர்கள். நீங்கள் எல்லா நன்மை களையும் பெற்று நீடூழி காலம் இன்ப வாழ்வு வாழப் போகிறீர்கள்; மனம் தளராமல் இருங்கள்" என்று சொல்லி, அம் மூதாட்டியார் விடைபெற்றுச் சென்றார். அதுமுதல் பாரி மகளிருக்குரிய கணவரைத் தேடும் பணியை அவர் மேற்கொண்டார்.

திருக்கோவலூரைத் தலைநகராகப் பெற்ற நாட்டுக்கு மலாடு என்று பெயர். மலையமான் நாடு என்பதே அப்படி மருவி வழங் கியது. அதை ஆண்டு வந்த குறுநில மன்னர்கள் மலையமான் என்ற பொதுப் பெயரை உடையவர்கள். சிறந்த வள்ளலாக விளங்கிய மலையமான் திருமுடிக் காரி என்பவன் அந்தக் குலத்தில் உதித்தவனே. அவனும் ஏழு வள்ளல்களில் ஒருவனாக எண்ணப் பெறுபவன். அந்த மலையமான் குலத்தில் அப்போது அரசாண்டிருந்த மன்னனுக்கு இன்னும் மணமாகவில்லை என்று ஔவையார் அறிந்தார். நல்ல குலமாதலின் பாரி மகளிர் இருவரையும் அம் மன்னனுக்கு மணம் முடித்து வைத்துவிடலாம் என்று ஔவையாருக்கு ஓர் எண்ணம் எழுந்தது. அந்த எண்ணத்தைச் செயலாக்க முற்பட்டார்.

இறைவன் திருவருள் துணை நின்றமையால் அவருடைய முயற்சி முதலிலிருந்தே தடையில்லாமல் நடைபெற்றது. கடைசியில்

அவர் எண்ணம் நிறைவேறியது. கோவலூர் மன்னன் பாரி மகளிரை மணந்துகொள்ள உடன்பட்டான்.

இந்த மணத்தை நிறைவேற்றும் பொறுப்பு முழுவதையும் ஔவையாரே மேற்கொண்டார். தமக்குத் தெரிந்த செல்வர்களுக் கெல்லாம் திருமண ஓலை போக்கினார். சேர சோழ பாண்டியர் களையும் திருமணத்துக்கு வரவேண்டும் என்று பாடல்களை எழுதி யனுப்பினார்.

திருமணம் மிகச் சிறப்பாக நடைபெற்றது. சேர சோழ பாண்டி யர்களும் அதற்கு வந்து சிறப்பித்தார்கள். அங்கவையும் சங்கவையும் மலையமான் குலத்தில் கற்புத் தெய்வங்களாகப் புகுந்தனர். அவர்களுடைய தந்தையாகிய பாரியும் ஆசிரியராகிய கபிலரும் இல்லை என்ற குறையையன்றி, அந்தத் திருமணம் ஒரு குறுநில மன்னனுக்குரிய கல்யாணமாக இல்லாமல் மிக உயர்ந்த முறையில் நடைபெற்றது. எந்தக் கல்யாணத்துக்கும் முடியுடை வேந்தர் மூவரும் ஒருங்கே வந்ததில்லை. 'பழைய பகையைப் பாராட்டாமல் வரவேண்டும்' என்று ஔவையார் எழுதியதை மதித்து அவர்கள் இந்தத் திருமணத் துக்கு வந்து அப்பெண்களை வாழ்த்திச் சென்றார்கள்.

அங்கவையும் சங்கவையும் பாரியையும் கபிலரையும் நினையாத நாளே இல்லை. புலவருலகம் அவ்விரு நல்லோர்களிடையே விளங்கிய அரிய நட்பைப் போற்றிப் பாராட்டியது.

பாரி புலவர் உள்ளத்தில் வாழ்ந்தான். அவன் புகழ் புலவர் பாக்களில் விரிந்தது. இன்றளவும் பாரியைப் புலவர்கள் பாடிக் கொண்டே வருகிறார்கள். தமிழ் இலக்கியத்தில் அவனுடைய வரலாற்றோடு தொடர்புடைய பாடல்கள் ஒளிவிடும் மணிகளாகத் திகழ்கின்றன. பாரி வேள் புகழுடம்பில் இன்னும் வாழ்ந்து கொண்டு தான் இருக்கிறான்.

✱

புறநானூற்றில்
வேள்பாரி பற்றிய கபிலர் பாடல்கள்

வேள் பாரி பற்றி கபிலர் பாடிய பாடல்கள், புறநானூற்று பாடல்கள் தொகுப்பில் இடம் பெற்றுள்ளது. வாசகர்கள் படித்து மகிழ அந்தப் பாடல்களைத் தனியாகத் தொகுத்துத் தந்துள்ளோம்.

பாடலின் சூழலும், அதன் சுருக்கமான விளக்கமும் இத்துடன் தந்துள்ளோம்.

பாரி பற்றியும், பறம்பு நாடு பற்றியும் கபிலர் பாடிய பாடல் களுடன், பாரியின் மகள்களான அங்கவையும், சங்கவையும் பாடிய, புறநானூற்றுத் தொகுப்பில் உள்ள ஒரு பாடலும் இந்தத் தொகுப்பில் உள்ளது.

பாடல் எண்	:	105
பாடல் தலைப்பு	:	தேனாறும் கானாறும்!
பாடியவர்	:	கபிலர்
பாடப்பட்டவர்	:	வேள் பாரி
திணை	:	பாடாண்
துறை	:	விறலியாற்றுப்படை

சேயிழை பெறுகுவை, வாள் நுதல் விறலி
தடவுவாய்க் கலித்த மாஇதழ்க் குவளை
வண்டுபடு புதுமலர்த் தண் சிதர் கலாவப்
பெய்யினும், பெய்யா தாயினும், அருவி
கொள்ளுழு வியன்புலத்து உழைகால் ஆட,
மால்புஉடை நெடுவரைக் கோடுதொறு
இழிதரும் நீரினும் இனிய சாயற்
பாரி வேள்பால் பாடினை செலினே.

பாடலின் சூழல்:

வறுமையில் வாடும் விறலியைக் கண்ட கபிலர் 'நீ வேள் பாரியைப் பாடினால் அவன் வெகுமதி அளிப்பான்' எனச் சொல்லி, அவளின் கஷ்டம் போக்க ஆற்றுப்படுத்துவது,

பாடலின் விளக்கம் :

அழகிய இசை பாடும் பெண்ணே, மழை பெய்தாலும் பெய்யா விட்டாலும், மேகங்கள் உரசிக்கொள்கின்ற நெடிய பறம்பு மலையின் சிகரங்களிலிருந்து வரும் அருவிகளின் நீர், கொள்ளுப் பயிறு விளைப்பதற்காக உழுத வயல்களில் வாய்க்காலாக ஓடி வருகிறது. அந்த நீரினும் மிகவும் இனிய தன்மை வாய்ந்தவன் வேள் பாரி. நீ அவனைப் பாடிச் சிவந்த பொன்னாலான அணிகலன்களைப் பெறுவாய்.

பாடல் எண்	:	106
பாடல் தலைப்பு	:	தெய்வமும் பாரியும்!
பாடியவர்	:	கபிலர்
பாடப்பட்டவர்	:	வேள் பாரி
திணை	:	பாடாண்
துறை	:	இயன்மொழி

நல்லவும் தீயவும் அல்ல குவி இணர்ப்
புல்லிலை எருக்கம் ஆயினும் உடையவை
கடவுள் பேணேம் என்னா; ஆங்கு
மடவர் மெல்லியர் செல்லினும்,
கடவன் பாரி கை வன்மையே

பாடலின் சூழல்:

பெறுபவர் எப்படிப்பட்டவராயினும், வேன் பாரியின் கொடுக்கும் குணத்தை புலவர் சபையில் கபிலர் எடுத்துரைக்கிறார்.

பாடலின் விளக்கம்:

வாசனை உடைய பூக்களை நல்லது என்றும் வாசனை இல்லாத பூக்களைத் தீயது என்றும் கடவுள் பேதம் பார்ப்பதில்லை. அற்பமான தாகக் கருதப்படும் எருக்கம் பூவையும் கடவுள் சூடிக்கொள்வார்.

(இதற்கு உதாரணம் சொல்வதானால், பிள்ளையார் சதுர்த்தி அன்று ஈரமண்ணில் உருவாக்கப்படும் பிள்ளையார் சிலைகளுக்கு எருக்கம் பூ மாலை அணிவித்து வணங்கும் வழக்கம் இந்நாளில் இருப்பதைச் சொல்லலாம்)

அதுபோல திறமை இல்லாத, அறிவுச் சிறப்பு இல்லாதவர்கள் உதவி கேட்டு வந்தாலும், அவர்களுக்கும் பொருள் வழங்குவது பாரியின் இயல்பு

பாடல் எண்	:	*107*
பாடல் தலைப்பு	:	மாரியும் பாரியும்!
பாடியவர்	:	கபிலர்
பாடப்பட்டவர்	:	வேள் பாரி
திணை	:	பாடாண்
துறை	:	இயன்மொழி

பாரி யார் என்றுபல ஏத்தி,
ஒருவர்ப் புகழ்வர், செந்தாப் புலவர்
பாரி ஒருவனும் அல்லன்;
மாரியும் உண்டு, ஈண்டு உலகுபுரப் பதுவே

பாடலின் சூழல் :

பாரி ஒருவன் மட்டும்தான் பெரிய வள்லலா? என வேள் பாரியை விமர்சிப்பதுபோல புகழ்ந்து புலவர் சபையில் கபிலர் பாடுகிறார்.

பாடலின் விளக்கம்:

புலவர்கள் சபையில் பாரியின் வள்ளல் தன்மைக்கு இணை இல்லை என்றே பேசப்படுகிறது. புலவர்கள் பலரும் பாரியை மட்டுமே புகழ்கின்றனர். அப்போது கபிலர் தம் பாட்டில் பாரி ஒருவன் மட்டும்தானா பிரதிபலன் எதிர்பாராமல் அள்ளி அள்ளிக் கொடுக்கிறான்? இந்த உலகத்தில் எல்லா உயிர்களும் வாழவேண்டி, மழையும் தான் கைம்மாறு கருதாமல் பெய்து கொடுக்கின்றது. இப்படி மாரியுடன் பாரியை ஒப்பிட்டுப் புகழ்கிறார் கபிலர்.

பாடல் எண்	:	108
பாடல் தலைப்பு	:	பறம்பும் பாரியும்!
பாடியவர்	:	கபிலர்
பாடப்பட்டவர்	:	வேள் பாரி
திணை	:	பாடாண்
துறை	:	இயன்மொழி

குறத்தி மாட்டிய வறற்கடைக் கொள்ளி
ஆரம் ஆதலின், அம் புகை அயலது
சாரல் வேங்கைப் பூஞ்சினைத் தவழும்
பறம்பு பாடினர் அதுவே! அறம்பூண்டு,
பாரியும், பரிசிலர் இரப்பின்,
வாரேன் என்னான், அவர் வரை யன்னே.

பாடலின் சூழல்:

பாடி வந்த பாணர்களுக்கு பறம்பு நாட்டையே தந்தவன் பாரி. பாரியையே பரிசாகக் கேட்டாலும் தயங்காது தன்னைத் தருபவன் என அவனது குணவியல்பைச் சொல்லுதல்.

பாடலின் விளக்கம்:

பாரியின் மலையில் வாழும் பெண்ணொருத்தி அடுப்பில் விறகுகளுடன் சந்தனமரக்கட்டை ஒன்றைச் சேர்த்து எரித்தாள். எரிந்த சந்தனக்கட்டையிலிருந்து கிளம்பிய வாசனைப் புகை, காற்றில் கலந்து, மலைச்சாரலில் இருக்கும் வேங்கை மரத்தின் பூக்களோடு கூடிய கிளைகளில் தவழ்ந்தது. அத்தகைய பறம்பு மலையைத் தன்னைப் பாடிவந்த பாணருக்குப் பரிசாகக் கொடுத்துவிட்டான் பாரி. இரவலர்க்கு இரங்குவதையே அறமாகக் கொண்ட அவனிடம், பரிசிலர் வந்து இரந்து பாரியையே பரிசாகக் கேட்டாலும், மறுக்காமல் அவர்கள் பக்கம் இவனே போய் நிற்பான்.

பாடல் எண்	:	109
பாடல் தலைப்பு	:	மூவேந்தர் முன் கபிலர்!
பாடியவர்	:	கபிலர்
பாடப்பட்டவர்	:	வேள் பாரி
திணை	:	நொச்சி
துறை	:	மகன் மறுத்தல்

அளிதோ தானே, பாரியது பறம்பே!
நளி கொள் முரசின் மூவிரும் முற்றினும்,
உழவர் உழாதன நான்கு பயன் உடைத்தே
ஒன்றே, சிறியிலை வெதிரின் நெல்விளை யும்மே;
இரண்டே, தீஞ்சுளைப் பலவின் பழம்ஊழ்க் கும்மே;

மூன்றே, கொழுங்கொடி வள்ளிக் கிழங்கு வீழ்க்கும்மே;
நான்கே, அணிநிற ஓரி பாய்தலின், மீது அழிந்து,
திணி நெடுங் குன்றம் தேன்சொரி யும்மே.
வான் கண் அற்று, அதன் மலையே; வானத்து
மீன் கண் அற்று, அதன் சுனையே; ஆங்கு,

மரந்தொறும் பிணித்த களிற்றினிர் ஆயினும்,
புலந்தொறும் பரப்பிய தேரினிர் ஆயினும்,
தாளின் கொள்ளலிர்; வாளின் தாரலன்;
யான்அறி குவென், அது கொள்ளும் ஆறே;
சுகிர்புரி நரம்பின் சீறியாழ் பண்ணி,

விரையலி கூந்தல் நும் விறலியர் பின் வர,
ஆடினிர் பாடினிர் செலினே,
நாடும் குன்றும் ஒருங்குடி யும்மே.

பாடலின் சூழல்:

பாரியின் பறம்பு மலையை சேர – சோழ – பாண்டி மன்னர் களின் முக்கூட்டுப் படைகள் முற்றுகையிட்டிருக்க பறம்பின் இயற்கைச் சிறப்பைச் சொல்லிய கபிலர், மரத்துக்கு ஒரு யானையைக் கட்டிடும் அளவிற்கு யானைப் படையை, தேர்ப்படையை கொண்டு வந்திருந்தாலும் பாரியை வெல்ல முடியாது எனச் சொன்னதுடன் பறம்புவை அடையும் எளிய வழி என மூவேந்தர்களைக் கேலி செய்கிறார்.

பாடலின் பொருள்:

பறம்பு மலையின் நிலத்தில் உழவர் உழாமலே மூங்கில் நெல்லும், பலாப்பழமும், வள்ளிக்கிழங்கும், தேனும் விளைந்து கொண்டிருக்கிறது. ஓங்கி உயர்ந்த இந்த மலையை வெல்வதோ, பாரியை வாள் கொண்டு வீழ்த்துவதோ இயலாதது. உங்களுக்கு இந்தப் பறம்புமலை வேண்டு மானால், நீங்கள் பாணர்களைப் போல வேடமிட்டுக் கொண்டு, உங்கள் மனைவியர் விறலிகளைப் போல பின்தொடர ஆடிப்பாடி

வந்தால், பாரியே உங்களுக்கு இந்தப் பறம்புமலையை அளிப்பான் என பறம்பின் சிறப்பையும், பாரியின் திறத்தையும் சொல்லி, மூவேந்தர்களைக் கேலி செய்கிறார் கபிலர்,

(பின்னொரு நாள் பாரி கொல்லப்படுவதற்கு பாரியின் நண்பரான கபிலரின் இந்தப் பாடலே ஒரு வகையில் காரணமாக அமைந்தது)

பாடல் எண்	:	110
பாடல் தலைப்பு	:	யாமும் பாரியும் உளமே!
பாடியவர்	:	கபிலர்
பாடப்பட்டவர்	:	வேள் பாரி
திணை	:	நொச்சி
துறை	:	மகள் மறுத்தல்

கடந்து அடு தானை மூவிரும் கூடி
உடன்றனிர் ஆயினும், பறம்பு கொளற்கு அரிதே;
முந்நூறு ஊர்த்தே தண்பறம்பு நல்நாடு;
முந்நூறு ஊரும் பரிசிலர் பெற்றனர்;
யாமும் பாரியும் உளமே;
குன்றும் உண்டு; நீர் பாடினிர் செலினே

பாடலின் சூழல்:

பறம்பு நாட்டிற்கு உட்பட்ட முந்நூறு ஊர்களையும் பரிசாகக் கொடுத்துவிட்ட பாரியின் குணத்தையும், மிச்சமிருக்கிற பறம்பு மலையைப் பாடிப் பரிசலாக பாரியிடம் பெற்றுக்கொள்ளுங்கள் என மூவேந்தர்களைக் கேலி செய்கிறார் கபிலர்.

பாடலின் விளக்கம்:

பகைவரைக் கொல்லும் படை பலம் உடைய மூவேந்தர்கள் தாம் நீங்கள் என்றாலும், பறம்பு நாட்டைக் கைப்பற்ற உங்களால் முடியாது. காரணம்... இந்த நாட்டின் முந்நூறு ஊர்களையும், தன்னை நாடி வந்தவர்களுக்குப் பரிசாகக் கொடுத்துவிட்டான் வேள்பாரி. மிச்சமிருப்பது இந்தப் பறம்பு மலை மட்டுமே. நானும்,

பாரியும், இந்தக் குன்றமும் இருக்கிறது. நீங்களும் பாரியைப் பாடி வந்தால் இந்த மலையைப் பரிசாக பாரியிடமிருந்து பெறலாம்.

(போர் செய்யும் உத்தியைக் கைவிட்டுவிட்டு, வேள் பாரியை வஞ்சகமாக அழிக்கும் வழியை கபிலரின் இந்தப் பாடலிலிருந்து கையாண்டார்கள் மூவேந்தர்களும்)

பாடல் எண்	:	111
பாடல் தலைப்பு	:	விறலிக்கு எளிது!
பாடியவர்	:	கபிலர்
பாடப்பட்டவர்	:	வேள் பாரி
திணை	:	நொச்சி
துறை	:	மகள் மறுத்தல்

அளிதோ தானே, பேரிருங் குன்றே!
வேலின் வேறல் வேந்தர்க்கோ அரிதே;
நீலத்து, இணை மலர் புரையும் உண்கண்
கிணை மகட்கு எளிதால், பாடினள் வரினே.

பாடலின் சூழல்:

படைகளால் பறித்திட முடியாதது பாரியின் பெருங்குன்றமான பறம்பு மலை என கபிலர் பாடுகிறார்.

பாடலின் விளக்கம்:

பறம்பு மலையை மூவேந்தர்களின் படை முற்றுகையிட்டிருக் கிறது. அவர்களுடைய ஈட்டிப் படையால் பாரியை வெல்ல முடியாது. ஆனால் பாணர்களின் வீட்டுப் பெண்களாகிய விறலியர் களும் இசைக்கக்கூடிய, பறை வகை இசைக் கருவியை முழக்கிக் கொண்டு, பாடிச் செல்லும் விறலியால் பாரியிடமிருந்து இந்த மலையை எளிதில் தானமாகப் பெற்றுக்கொள்ள முடியும்.

பாடல் எண்	:	112
பாடல் தலைப்பு	:	உடையேம் இலமே
பாடியவர்	:	பாரியின் மகளிர்
திணை	:	பொதுவியல்
துறை	:	கையறு நிலை

அற்றைத் திங்கள் அவ்வெண் நிலவில்,
எந்தையும் உடையேம், எம் குன்றும் பிறர் கொளார்,
இற்றைத் திங்கள் இவ்வெண் நிலவில்,
வென்று எறி முரசின் வேந்தர் எம்
குன்றும் கொண்டார், யாம் எந்தையும் இலமே

பாடலின் சூழல்:

தங்கள் சொந்த மண்ணை இழந்து, கபிலருடன் செல்கையில் தூரத்திலிருந்து பறம்பு மலையைப் பார்த்து, பரியின் மகள்களான அங்கவையும் சங்கவையும் மனவிம்மலுடன் பாடுகிறார்கள்.

பாடலின் விளக்கம்:

சென்ற மாதம், நிலவின் ஒளியின் கீழ் நாங்கள் எங்கள் தந்தை யுடன் இருந்தோம். எங்கள் பறம்பு மலையும் எங்களுடையதாக இருந்தது. இன்றைய மாதத்தில் நிலவின் ஒளி வீசுகிறது. ஆனால் எங்கள் பறம்பு மலை மூவேந்தர்களுடையதாகிவிட்டது. எங்களின் தந்தையையும் இழந்துவிட்டோம்.

பாடல் எண்	:	113
பாடல் தலைப்பு	:	பறம்பு கண்டு புலம்பல்!
பாடியவர்	:	கபிலர்
திணை	:	பொதுவியல்
துறை	:	கையறு நிலை

மட்டு வாய் திறப்பவும், மை விடை வீழ்ப்பவும்,
அட்டு ஆன்று ஆனாக் கொழுந் துவை ஊன் சோறும்
பெட்டாங்கு ஈயும் பெருவளம் பழுனி,
நட்டனை மன்னோ, முன்னே; இனியே,
பாரி மாய்ந்தெனக், கலங்கிக் கையற்று,

நீர் வார் கண்ணேம் தொழுது நிற் பழிச்சிச்
சேறும்–வாழியோ பெரும்பெயர்ப் பறம்பே!
கோல் திரள் முன்கைக் குறுந் தொடி மகளிர்
நாறு இருங் கூந்தற் கிழவரைப் படர்ந்தே.

பாடலின் சூழல்:

மூவேந்தர்கள் இணைந்து பாணன் போல் ஒருவனை அனுப்பி, பாரியைக் கொன்றபின், பறம்பு மலையின் பழைய வளமையையும், இன்றைய நிலையையும் எண்ணி, துயருற்று, பாரியின் மகள்களுக்கு உரிய துணைவர்களைத் தேடிச் செல்வதாகப் பாடுகிறார் கபிலர்.

பாடலின் விளக்கம்:

பறம்பு மலையே! முன்பு உன்னை நாடி வருபவர்களுக்கும், வேண்டினவர்களுக்கும் உண்பதற்குக் கள்ளும், ஆடுவெட்டி கறிச் சோறும் துவையலும், பரிசும் தந்து நட்பு பாராட்டினாய். இப்போது பாரி இறந்துவிட்டான். உன்னைத் தொழுது கண்ணீர் வழிய, வாழ்த்துகிறேன். அவனது மகளிர்க்கு உரியவரைத் தேடிக் கொண்டு செல்கிறேன்.

பாடல் எண்	:	114
பாடல் தலைப்பு	:	உயர்ந்தோன் மலை!
பாடியவர்	:	கபிலர்
திணை	:	பொதுவியல்
துறை	:	கையறுநிலை

ஈண்டு நின் றோர்க்கும் தோன்றும்; சிறு வரை
சென்று நின் றோர்க்கும் தோன்றும், மன்ற;
களிறு மென்று இட்ட கவளம் போல,
நறவுப் பிழிந் திட்ட கோதுடைச் சிதறல்
வார் அசும்பு ஒழுகு முன்றில்,
தேர் வீசு இருக்கை, நெடியோன் குன்றே.

பாடலின் சூழல்:

பாரியின் மகள்களுக்குத் தக்க கணவர்களைத் தேடி, பறம்பு மலையிலிருந்து, இறங்கி ஊர் கடந்து செல்கையில் பறம்பு மலையையும், செழிப்பையும், பாரியையும் பாடுகிறார் கபிலர்.

பாடலின் பொருள்:

இங்கு நின்று பார்த்தாலும், இன்னும் சிறிது தொலைவு சென்று, நின்று பார்த்தாலும் தெளிவுறத் தெரிகிறது அந்தப் பெருங்குன்று.

யானை மென்று துப்பிய கவளம்போல, ஆங்காங்கே சிதறிக் கிடக்கிறது மதுவை வடித்த பிறகு போடப்பட்ட சக்கைகள். அந்தச் சக்கைகளிலிருந்து மதுச்சாறு ஒழுகி, மதுச்சேறாக இருக்கிறது அரண்மனையின் முற்றம். அங்கிருந்தபடி புலவர்களுக்குப் பரிசாக தேர்களையே அள்ளி வீசுகிற, உயர்ந்த குணமுடைய பாரியின் பறம்பு மலையே.

பாடல் எண்	:	115
பாடல் தலைப்பு	:	அந்தோ பெரும நீயே!
பாடியவர்	:	கபிலர்
திணை	:	பொதுவியல்
துறை	:	கையறுநிலை

ஒரு சார் அருவி ஆர்ப்ப, ஒரு சார்
பாணர் மண்டை நிறையப் பெய்ம்மார்,
வாக்க உக்க தேக் கள் தேறல்
கல்அலைத்து ஒழுகும் மன்னே! பல் வேல்,
அண்ணல் யானை, வேந்தர்க்கு
இன்னான் ஆகிய இனியோன் குன்றே!

பாடலின் சூழல்:

வேள் பாரி இல்லாத துக்கம் மேலும் மேலும் அழுத்த, பாரியின் பெருமையையும், பறம்பு மலையின் பெருமையையும் மீண்டும் மீண்டும் நினைத்துப் பார்த்துப் பாடுகிறார் கபிலர்.

பாடலின் விளக்கம்:

ஒரு பக்கம் அருவி ஆர்ப்பரித்துக்கொட்டுகிறது. இன்னொரு புறம், பாணர்களின் கையில் இருக்கும் பாத்திரத்தில் ஊற்றப்படும் கள் வழிந்து, அருவி போல், கற்களை உருட்டிக் கொண்டு கொட்டுகிறது. வேல் மற்றும் யானைப் படைகொண்ட மூவேந்தர்களுக்கு வேண்டாதவனாக ஆகிவிட்ட, மற்ற எல்லாருக்கும் இனியவனாக ஆகிவிட்ட பாரியின் மலையே.

பாடல் எண்	:	*116*
பாடல் தலைப்பு	:	குதிரையும் உப்புவண்டியும்!
பாடியவர்	:	கபிலர்
திணை	:	பொதுவியல்
துறை	:	கையறுநிலை

தீநீர்ப் பெருங்குண்டு சுனைப் பூத்த குவளைக்
கூம்பவிழ் முழுநெறி புரள்வரும் அல்குல்,
ஏந்தெழில் மழைக்கண், இன்நகை, மகளிர்
புன்மூசு கவலைய முள்முடை வேலிப்,
பஞ்சி முன்றில், சிற்றில் ஆங்கண்

பீரை நாறிய சுரை இவர் மருங்கின்,
ஈத்திலைக் குப்பை ஏறி உமணர்
உப்பு ஓய் ஒழுகை எண்ணுப மாதோ;
நோகோ யானே; தேய்கமா காலை!
பயில்பூஞ் சோலை மயில் எழுந்து ஆலவும்

பயில் இருஞ் சிலம்பிற் கலை பாய்ந்து உகளவும்,
கலையுங் கொள்ளா வாகப், பலவும்
காலம் அன்றியும் மரம் பயம் பகரும்
யாணர் அறாஅ வியன்மலை அற்றே

அண்ணல் நெடுவரை ஏறித், தந்தை
பெரிய நறவின், கூர் வேற் பாரியது
அருமை அறியார் போர் எதிர்ந்து வந்த
வலம் படுதானை வேந்தர்
பொலம் படைக் கலிமா எண்ணு வோரே.

பாடலின் சூழல்:

வேள்பாரியின் மகள்களை ஒரு பாதுகாப்பான ஒருவரிடம் ஒப்படைத்துவிட்டு, அவர்களுக்கு வாழ்க்கைத் துணைவனாகத் தகுதி படைத்த சிற்றரசனைக் கண்டுவர, அவர்களது நாடுகளுக்குச் சென்று வந்தார் கபிலர். அந்தச் சமயங்களில் அவ்வப்போது வேள் பாரி வீற்றிருந்து ஆண்ட பறம்பு நாட்டையும், மலையையும் கண்டு, அதன் அன்றையை நிலையையும், இன்றைய நிலையையும் பார்த்து, மனம் வெதும்பிப் பாடினார் கபிலர்.

பாடலின் விளக்கம்:

பறம்பு நாட்டை பாரி ஆண்டு கொண்டிருந்த காலத்தில் செழிப்புற்றிருந்தது பறம்பு மலை. அதன் வளமை மற்றும் பாரியின் புகழ் காரணமாக பகை வேந்தர் அடிக்கடி போர் தொடுக்க வந்தனர். அப்படி எதிரிப் படை வருகிறபோது, அந்தப் படையில் வரும் குதிரைகளை எண்ணிக்கொண்டு விளையாடிய பெண்கள், இப்போது உப்பு கொண்டு செல்லும் வண்டிகளை எண்ணுகிறார்கள்.

பாடல் எண்	:	117
பாடல் தலைப்பு	:	தந்தை நாடு!
பாடியவர்	:	கபிலர்
திணை	:	பொதுவியல்
துறை	:	கையறுநிலை

மைம் மீன் புகையினும், தூமம் தோன்றினும்,
தென் திசை மருங்கின் வெள்ளி யோடினும்,
வயலக நிறையப் புதற்பூ மலர,
மனைத்தலை மகவை ஈன்ற அமர்க்கண்
ஆமா நெடு நிறை நன்பு லாரக்,

கோஒல் செம்மையிற் சான்றோர் பல்கிப்,
பெயல்பிழைப் பறியாப் புன்புலத் ததுவே;
பிள்ளை வெருகின் முள்ளெயிறு புரையப்
பாசிலை முல்லை முகைக்கும்
ஆய்தொடி அரிவையர் தந்தை நாடே

பாடலின் சூழல்:

பாரி மகளிருக்கு மணமகன் தேடிச் சென்று, திரும்பிய கபிலர், பாரி மகளிரைப் பார்த்துக்கொள்ளும் பார்ப்பாராரிடத்தில் அன்றைய– இன்றைய பறம்பு நாட்டின் நிலையைச் சொல்லி வேதனைப்படுகிறார் கபிலர்.

பாடலின் விளக்கம்:

இந்தப் பெண்களின் தந்தையாகிய வேள்பாரியின் நாடு அவன் ஆண்ட காலத்தில் செங்கோல் வழுவாமல் இருந்ததால் தப்பாமல்

மழை பெய்தது. சான்றோர்களும் நிறைந்த நாடாகத் திகழ்ந்தது. அத்தகைய நாடு, இன்று பாரியை இழந்து வாடிக்கிடக்கிறது.

பாடல் எண்	:	118
பாடல் தலைப்பு	:	சிறுகுளம் உடைந்துபோம்!
பாடியவர்	:	கபிலர்
திணை	:	பொதுவியல்
துறை	:	கையறுநிலை

அறையும் பொறையும் மணந்த தலைய,
எண் நாள் திங்கள் அனைய கொடுங்கரைத்
தெண்ணீர்ச் சிறுகுளம் கீள்வது மாதோ
கூர் வேல் குவைஇய மொய்ம்பின்
தேர்வண் பாரி தண் பறம்பு நாடே!

பாடலின் சூழல்:

பாரியின் இறப்பிற்குப் பின் பறம்பு நாட்டின் அழிவைப் பற்றி மனம் வருந்திப் பாடுகிறார்

பாடலின் விளக்கம்:

பாறைகளையும், சிறு குன்றுகளையும் கொண்ட இடத்தில் அமையப்பெற்ற, எட்டாம் நாள் நிலவு போல வளைந்த கரையை உடைய தெளிந்த நீர் நிறைந்த சிறு குளமானது, பாரியின் பறம்பு மலை நாட்டில், இன்று பாதுகாப்பார் இன்றி உடைந்து அழிந்து போகின்றது.

பாடல் எண்	:	119
பாடல் தலைப்பு	:	வேந்தரிற் சிறந்த பாரி!
பாடியவர்	:	கபிலர்
திணை	:	பொதுவியல்
துறை	:	கையறுநிலை

கார்ப் பெயல் தலைஇய காண்பு இன் காலைக்
களிற்று முக வரியின் தெறுழ்வீ பூப்பச்,

செம் புற்று ஈயலின் இன்அளைப் புளித்து!
மென்தினை யாணர்த்து; நந்துங் கொல்லோ;
நிழலில் நீளிடைத் தனிமரம் போலப்,
பணைகெழு வேந்தரை இறந்தும்
இரவலர்க்கு ஈயும் வள்ளியோன் நாடே!

பாடலின் சூழல்:

'வள்ளலின் நாடு இனி வளம் இழக்குமோ?' என பாரி துயரற்று கபிலர் பாடியது.

பாடலின் விளக்கம்:

நிழல் இல்லாத நீண்ட வழியில் நின்று நிழலளிக்கும் தனி மரம் போல, பாரி காலத்தில் செழிப்புடையதாக இருந்தது பறம்பு நாடு. மூவேந்தர்களைக் காட்டிலும் அதிகமாக வழங்கிய வள்ளலின் நாடு இனி அழிந்துவிடுமோ?

பாடல் எண்	:	120
பாடல் தலைப்பு	:	கம்பலை கண்ட நாடு!
பாடியவர்	:	கபிலர்
திணை	:	பொதுவியல்
துறை	:	கையறுநிலை

வெப்புள் விளைந்த வேங்கைச் செஞ் சுவல்
கார்ப் பெயர் கலித்த பெரும் பாட்டு ஈரத்துப்,
பூழி மயங்கப் பல உழுது, வித்திப்
பல்லி ஆடிய பல்கிளைச் செவ்விக்
களை கால் கழாலின், தோடு ஒலிபு நந்தி,
மென் மயிற் புனிற்றுப் பெடை கடுப்ப நீடிக்,
கருந்தாள் போகி, ஒருங்கு பீள் விரிந்து,
கீழும் மேலும் எஞ்சாமைப் பல காய்த்து,
வாலிதின் விளைந்த புது வரகு அரியத்
தினை கொய்யக், கவ்வை கறுப்ப, அவரைக்
கொழுங்கொடி விளர்க் காய் கோட்பதம்ஆக,
நிலம் புதைப் பழுனிய மட்டின் தேறல்
புல் வேய்க் குரம்பைக் குடிதொறும் பகர்ந்து
நறுநெய்க் கடலை விசைப்பச் சோறு அட்டுப்,

பெருந் தோள் தாலம் பூசல் மேவர,
வருந்தா யாணர்த்து; நந்துங் கொல்லோ:
இரும்பல் கூந்தல் மடந்தையர் தந்தை
ஆடு கழை நரலும் சேட் சிமைப், புலவர்
பாடி யானாப் பண்பிற் பகைவர்
ஓடுகழல் கம்பலை கண்ட
செருவெஞ் சேஎய் பெருவிறல் நாடே!

பாடலின் சூழல்:

பறம்பு நாட்டு வளம் பற்றி கபிலர் பாடிய பாடல்களில் இதுவும் ஒன்று.

பாடலின் விளக்கம்:

சூடான கோடையில் வேங்கை விளையும், கார்கால மழையில் நிலம் உழுது பயிர் செய்வர். அதில் விளையும் வரகு பயிர் பெண் மயில் கருவுற்றிருப்பது போல இருக்கும்.

(இப்படியாகச் சிறப்புகள் சொல்லப்படுகிறது)

பாடல் எண் : *200*

பாடல் தலைப்பு : பரந்தோங்கு சிறப்பின் பாரி மகளிர்!

பாடியவர் : கபிலர்

திணை : பாடாண் திணை

பனி வரை நிவந்த பாசிலைப் பலவின்
கனி கவர்ந்து உண்ட கரு விரல் கடுவன்
செம் முக மந்தியொடு சிறந்து, சேண் விளங்கி,
மழை மிசை அறியா மால் வரை அடுக்கத்து,
கழை மிசைத் துஞ்சும் கல்லக வெற்ப!
நிணம் தின்று செருக்கிய நெருப்புத் தலை நெடு வேல்,
களம் கொண்டு கனலும் கடுங்கண் யானை,
விளங்கு மணிக் கொடும் பூண், விச்சிக் கோவே!
இவரே, பூத் தலை அறாஅப் புனை கொடி முல்லை
நாத் தழும்பு இருப்பப் பாடாது ஆயினும்,

கறங்கு மணி நெடுந் தேர் கொள்க! எனக் கொடுத்த
பரந்து ஓங்கு சிறப்பின் பாரி மகளிர்;
யானே, பரிசிலன், மன்னும் அந்தணன்; நீயே,
வரிசையில் வணக்கும் வாள் மேம்படுநன்;
நினக்கு யான் கொடுப்பக் கொண்மதி சினப் போர்
அடங்கா மன்னரை அடக்கும்
மடங்கா விளையுள் நாடு கிழவோயே

பாடலின் சூழல்:

'பாரியின் மகளிருக்கு சிற்றரசன் விச்சிக்கோ பொருத்தமான வன்' என எண்ணி, பாரியின் பெருமையைச் சொல்லி, அவரின் மகளிரைப் பற்றிச் சொல்லும் கபிலர், விச்சிக்கோவின் மலை வளத்தையும் பாடுகிறார்.

பாடலின் விளக்கம்:

பற்றுக்கோடில்லாத முல்லைக்கொடிக்கு, அது பற்றிப் படர... தன் தேரையே ஈந்த மேம்பட்ட தலைமையினை உடைய பாரிக்கு மகளிர் இவர்கள்... எனச் சொல்லி, விச்சிக்கோவையும் புகழ்கிறார்.

பாடல் எண்	:	201
பாடல் தலைப்பு	:	இவர் என் மகளிர்!
பாடியவர்	:	கபிலர்
பாடப்பட்டவர்	:	இருங்கோ வேள்
திணை	:	பாடாண்
துறை	:	பரிசில்

இவர் யார்? என்குவை ஆயின், இவரே,
ஊருடன் இரவலர்க்கு அருளித், தேருடன்
முல்லைக்கு ஈத்த செல்லா நல்லிசை,
படுமணி யானைப்,பறம்பின் கோமான்
நெடுமாப் பாரி மகளிர்; யானே
தந்தை தோழன்: இவர்என் மகளிர்;
அந்தணன், புலவன், கொண்டுவந் தனனே;
நீயே, வடபால் முனிவன் தடவினுள் தோன்றிச்,

செம்பு புனைந்து இயற்றிய சேண்நெடும் புரிசை,
உவரா ஈகைத், துவரை ஆண்டு,
நாற்பத்து ஒன்பது வழிமுறை வந்த
வேளிருள் வேளே! விறற்போர் அண்ணல்!
தாரணி யானைச் சேட்டிருங் கோவே!
ஆண்கடன் உடைமையின், பாண்கடன் ஆற்றிய
ஒலியற் கண்ணிப் புலிகடி மா அல்!
யான்தர, இவரைக் கொண்மதி! வான்கவித்து
இருங்கடல் உடுத்தஇவ் வையகத்து, அருந்திறல்
பொன்படு மால்வரைக் கிழவ! வென்வேல்
உடலுநர் உட்கும் தானைக்,
கெடல்அருங் குறைய நாடுகிழ வோயே!

பாடலின் சூழல்:

பாரி மகளை மணம் முடிக்க வேண்டி சிற்றரசன் இருங்கோவேளியின் பூர்வ கதை சொல்லி... அவன் சிறப்புடன் இருங்கோவேளின் சிறப்பையும் கபிலர் பாடுகிறார்.

பாடலின் விளக்கம்:

தன்னுடைய ஊர்கள் அனைத்தையும் இரவலர்க்குக் கொடுத்து, முல்லைக்குத் தேர் கொடுத்த பாரியின் தோழன் நான், பாரியின் மகள்களுக்கு நானே தந்தை என்கிறார் கபிலர்.

பாடல் எண்	:	202
பாடல் தலைப்பு	:	கைவண் பாரி மகளிர்!
பாடியவர்	:	கபிலர்
பாடப்பட்டவர்	:	இருங்கோ வேள்
திணை	:	பாடாண்
துறை	:	பரிசில்

வெட்சிக் கானத்து வேட்டுவர் ஆட்டக்,
கட்சி காணாக் கடமா நல்லேறு
கடறுமணி கிளரச், சிதறுபொன் மிளிரக்,
கடிய கதழும் நெடுவரைப் படப்பை
வென்றி நிலை இய விழுப்புகழ் ஒன்றி,

இருபால் பெயரிய உருகெழு மூதூர்க்,
கோடிபல அடுக்கிய பொருள் நுமக்கு உதவிய
நீடு நிலை அரையத்துக் கேடும் கேள், இனி;
நுந்தை தாயம் நிறைவுற எய்திய
ஒலியற் கண்ணிப் புலிகடி மாஅல்!
நும்போல் அறிவின் நுமருள் ஒருவன்
புகழ்ந்த செய்யுள் கழாஅத் தலையை
இகழ்ந்ததன் பயனே; இயல்தேர் அண்ணல்!
எவ்வி தொல்குடிப் படீஇயர், மற்று, இவர்
கைவண் பாரி மகளிர்—என்றஎன்
தேற்றாப் புன்சொல் நோற்றிசின்; பெரும;
விடுத்தனென்; வெலீஇயர், நின் வேலே! அடுக்கத்து
அரும்பு அற மலர்ந்த கருங்கால் வேங்கை
மாத்தகட்டு ஒள்வீ தாய துறுகல்
இரும்புலி வரிப்புறம் கடுக்கும்
பெருங்கல் வைப்பின் நாடுகிழ வோயே!

பாடலின் சூழல்:

பாரி மகளிரை ஏற்க மறுத்த இருங்கோவேளுக்கு 'புலவரை இகழ்ந்தவர் சிறப்புற வாழ்ந்ததில்லை' என கபிலர் பாடுதல்.

பாடலின் விளக்கம்:

"உயர்குணக் குடியில் பிறந்த பாரி மகளிரைப் பற்றி உன்னிடம் பேசியது தவறு. உன் புறத்தோற்றம் கண்டு மயங்கிவிட்டேன். புலவரை இகழ்ந்தவர் சிறப்புற வாழ்ந்தது இல்லை" எனச் சொன்ன கபிலர், "நீ வாழ்வாயாக" என அவனை வாழ்த்திச் செல்கிறார்.

பாடல் எண்	:	236
பாடல் தலைப்பு	:	கலந்த கேண்மைக்கு ஒவ்வாய்!
பாடியவர்	:	கபிலர்
திணை	:	பொதுவியல்
துறை	:	கையறுநிலை

கலைஉணக் கிழிந்த, முழவுமருள் பெரும்பழம்
சிலைகெழு குறவர்க்கு அல்குமிசைவு ஆகும்
மலை கெழு நாட! மா வண் பாரி
கலந்த கேண்மைக்கு ஒவ்வாய், நீ; எற்
புலந்தனை யாகுவை—புரந்த யாண்டே

பெருந்தகு சிறப்பின் நட்பிற்கு ஒல்லாது
ஒருங்குவரல் விடாஅது ஒழிக எனக்கூறி,
இனையை ஆதலின் நினக்கு மற்றுயான்
மேயினேன் அன்மை யானே; ஆயினும்,
இம்மை போலக் காட்டி, உம்மை
இடையில் காட்சி நின்னோடு
உடன்உறைவு ஆக்குக, உயர்ந்த பாலே!

பாடலின் சூழல்:

பூவுலகம் விட்டு மேலுலகம் சென்ற பாரியிடம், 'நானும் வருகிறேன். அங்கு நாம் சேர்ந்து வாழ்வோம்' என கபிலர் பாடியது.

பாடலின் விளக்கம்:

பெருங்கொடையாளியாக விளங்கும் பாரியே! உன் நாட்டில் ஆண்குரங்கு கிழித்துத் தின்ற பலாப்பழத்தின் மிச்சம் மலைவாழ் குறவர் மக்களுக்கு உணவாக இருக்கும்.

நாம் கலந்த நட்போடு பழகினோம். ஆனால் அந்த நட்புக்கு நீ உரியவன் இல்லை. ஏன் தெரியுமா? என்மீது பிணக்குக் கொண்டு என்னை விட்டுவிட்டுப் போய்விட்டாய். உன் பெருந்தகு நட்பினால் என்னைக் காப்பாற்றினாயே அந்த நட்பிற்கு என்னை விட்டுவிட்டுச் சென்றது தகாது அல்லவா? உன்னுடன் சேர்ந்து வருகிறேன் என்றபோது 'நீ இங்கேயே இரு' என்று சொன்னவன் ஆயிற்றே. இப்படி நான் உனக்குப் பொருத்தம் இல்லாதவன் ஆகிவிட்டேனே. இனி உன்னைப் பிரிந்திருக்க முடியாது. இடைவிடாமல் உன்னைச் சேர்ந்தே இருக்கவேண்டும். எல்லாவற்றினும் மேலாகிய விதி உன்னோடு என்னை வாழவைப்பதாக இருக்கட்டும்.

(இதுதான் பெரும்புலவர் கபிலரின் கடைசிப் பாடல். இந்தப் பாடலுக்குப் பின் வலிய உயிர்நீத்தார் கபிலர்)

✸

ஔவை
அங்கவை
சங்கவை

வேள் பாரியின் மகள்களான அங்கவை, சங்கவையின் திரு மணத்தை தாயுமாகி, தந்தையுமாகி நின்று நடத்தி வைத்தவர் ஔவை யார்.

பாரிக்கும், ஔவைக்கும் இடையே உண்டான அன்புப் பிணைப்பு என்பது அலாதியானது.

பாரியின் கொடைத் தன்மையையும், அவன் தமிழ் மீது கொண்டிருக்கிற மதிப்பையும், புலவர் பெருமக்களுக்குப் பொருளை அள்ளி அள்ளித் தந்து ஆதரிக்கும் குணத்தையும், சிற்றரசன் பாரியின் புகழ் பேரரசர்களைக் காட்டிலும் பெரியதாக இருந்ததையும் அறிந்த ஔவையார், பாரியைச் சந்திக்க பறம்பு மலைக்கு வந்தார்.

உரிய மரியாதையுடனும், உபசரிப்புடனும் ஔவையை மனங் குளிரச் செய்தான் பாரி. அவனுடைய மகளிரும் அவ்வையின் மேல் பிரியம் காட்டினர். பாரியின் அரண்மனையில் ஔவையின் தமிழ் மணம் கமழ்ந்தது.

சில நாட்கள் தங்கியிருந்த ஔவை, பாரியிடம் விடை பெறுவ தற்காகச் சென்றார்.

"இன்னும் சில நாட்கள் நீங்கள் இங்கே தங்கியிருந்து, தமிழமுது படைக்க வேண்டும்" என்றான் பாரி.

ஆனால் நாட்டு மக்களின் நலனுக்காக வாழும் பெரும் புலவர் களால் ஒரே இடத்தில் வெகு நாட்கள் தங்கமுடியாதே. அதனால் பாரியைச் சமாதானப்படுத்தினார்.

ஔவைக்குப் பரிசுப் பெட்டகம் கொடுத்து அனுப்பி வைத்தான் பாரி. ஆனாலும் அவன் மனம் ஔவையின் பிரிவைத் தாங்க மறுத்தது.

பாரியிடம் விடைபெற்றுக்கொண்டு திரும்பிக் கொண்டிருந்தார் ஔவை. ஆனால் சில வழிப்பறிக் கொள்ளையர்கள், ஔவையை

வழிமறித்து, அவருக்கு பாரி கொடுத்திருந்த பரிசுப் பெட்டகத்தைப் பறித்துச் சென்றனர்.

'உதவி கேட்பவர்களுக்கு அள்ளி அள்ளி வழங்கும் பாரியின் நாட்டிலும் கொள்ளையர்கள் இருக்கிறார்களா?' என அதிர்ச்சியும், வியப்பும் அடைந்த ஔவை, மீண்டும் பாரியின் அரண்மனைக்குச் சென்று, நடந்தவற்றைச் சொன்னார்.

"என்னை மன்னித்து விடுங்கள், உங்கள் தமிழ் அமுதை இன்னும் சில நாட்கள் ருசிக்கவே நான்தான் இந்த வழிப்பறி ஏற்பாட்டைச் செய்தேன்" என பாரி சொல்ல...

பாரியின் அன்பில் நெகிழ்ந்துபோன ஔவை மேலும் சில நாட்கள் பாரியின் அரண்மனையில் தங்கியிருந்து, தமிழ் மணக்கச் செய்தார்.

பாரி கொல்லப்பட்டதையும், பாரியின் பிரிவால் கபிலர் தன் உயிரை மாய்த்துக் கொண்டதையும், அதற்கு முன், பாரியின் மகளிரை திருக்கோவிலூரில் ஒரு பார்ப்பனரது வீட்டில் பாதுகாப்பாகத் தங்கவைத்திருப்பதையும் தாமதமாகவே அறிந்தார் ஔவை.

திருக்கோவிலூருக்கு ஔவை வந்தார். அன்று கடும் மழை. தூரத்தே தெரிந்த ஒரு வீட்டை நோக்கிச் சென்ற ஔவையை வீட்டி லிருந்த இரு பெண்கள், அந்த இரவில், அது ஔவை என்று தெரியா மலேயே அவருக்கு நீலநிற ஆடையைக் கொடுத்து, ஈர உடையை மாற்றிக்கொள்ளச் செய்தனர்.

அதன் பிறகு அவர்கள் பாரி மகளிர் என்பது ஔவைக்கும், அவர் ஔவை என்பது பாரி மகளிர்க்கும் தெரிந்தது.

மாற்று ஆடை கொடுத்த பாரி மகளிரின் அன்பை எண்ணிய ஔவை ஒரு பாடல் பாடினார்.

பாரி பறித்த கலனும் பழையனூர்க்
காரி கொடுத்த களைக்கட்டும் – சேரமான்
வாராயோ என்றழைத்த வாய்மையும் இம்மூன்றும்
நீலச் சிற்றாடைக்கு நேர்

எனப் பாடினார் ஔவை.

பரிசைக் கொடுத்துவிட்டு, பின்பு ஔவை இன்னும் சில நாட்கள் தன்னுடன் இருக்க வேண்டுமென பாரியே அந்தப் பரிசைப் பறித்த அன்பையும், பழையனூர் சிற்றரசன் காரி, தன் அவையில் ஔவை இன்னும் கொஞ்ச நாட்கள் இருக்க வேண்டும் என்பதற்காக

களை பறிக்கும் கருவியை ஔவையிடம் கொடுத்து, இன்று களை பறித்துவிட்டுச் செல்லுங்கள் எனச் சொன்னதையும், ஒரு விருந்தில் இடமின்மையால் ஔவை தவித்தபோது, மன்னன் சேரமான் தன் அருகே ஔவையை அமர வைத்த அன்பையும் நினைத்துப் பார்த்த ஔவை, அந்த அன்பெல்லாம் பாரி மகளிர் அன்பு மிளிரக் கொடுத்த நீல ஆடைக்கு நேர் என்கிற பொருளில் பாடினார்.

ருசியான கீரைக்கறி உணவையும் ஔவைக்குப் பரிமாறி பசி யாற்றினர் பாரி மகளிர்.

பாரியின் மகளிர்க்குத் தாயாகவும் தந்தையாகவும் இருந்து, வெகு விமரிசையாகத் திருமணத்தை நடத்தி முடித்தார் ஔவை.

ஏழு வள்ளல்கள்

ஏழு என்ற கணக்கைக் கொண்ட பொருள்கள் பலவற்றைப் பற்றி நாம் கேள்விப்படுகிறோம். கீழ் உலகம் ஏழு, மேல் உலகம் ஏழு என்று ஒரு கணக்கு உண்டு. ஏழு முனிவர்கள் என்று சேர்த்துச் சொல்வது ஒரு வழக்கம். ஏழு தீவுகள் என்பது ஒரு வகையான கணக்கு. ஏழு சுரங்கள் சங்கீத உலகத்துக் கணக்கு. வாரத்தில் ஏழு நாட்கள் உண்டு என்பதை உலகில் உள்ள எல்லோருமே அறிவார்கள்.

தமிழ் இலக்கியங்களைப் படித்தவர்களுக்கு ஏழு வள்ளல்கள் என்றால் நன்றாகத் தெரியும். அவர்கள் மிகப் பழைய காலத்தில் வாழ்ந்தவர்கள். ஒவ்வொருவரும் ஒவ்வோரிடத்தில் வாழ்ந்தவர். அவர்களிடம் வேறு நல்ல குணங்கள் பல இருந்தாலும், பிறருக்குப் பொருளை அளித்து இன்புறும் பண்பிலே அவர்கள் சிறந்திருந்தார்கள். தம்மை அணுகினவர்களுக்கு வேண்டியதைக் குறிப்பறிந்து மனம் உவந்து வழங்குபவர்களை வள்ளல் என்று கூறுவார்கள். அவர்கள் தடை சிறிதும் இல்லாமல் கொடுப்பதனால் பொருளைப் பெறுகி றவர்கள் இன்பம் அடைந்தார்கள்; கொடுத்த வள்ளல்களும் கொடுப்ப தனால் இன்பத்தை அடைந்தார்கள். ஒருநாள் யாருக்கும் எதுவும் கொடுக்க முடியாதபடி நேர்ந்துவிட்டால் அன்று அவர்களுக்கு உள்ளமும் உடம்பும் வாடும். ஏதோ நோய் வந்தவர்களைப் போல இருப்பார்கள்.

கொடுக்கும் வள்ளல்களிடம் இசையிலே வல்ல பாணர்கள் வந்து இசை பாடிப் பரிசு பெறுவார்கள். கூத்தர்கள் அணுகிக் கூத்தாடி மகிழ்வித்துப் பல பொருள்களைப் பெறுவார்கள். பாட்டுப் பாடியும் ஆடியும் தம்முடைய கலைத் திறமையைக் காட்டும் பெண் களாகிய விறலியர்களும் பரிசு பெறுவதுண்டு. தடாரி என்ற தோல் கருவியை வாசித்துப் பரிசு பெறும் பொருநர் என்ற கலைஞர்களும் உண்டு. இவர்களையன்றி வறுமையால் வருந்துவோரும் பிணியால் துன்புறுவோரும் கண் காது இல்லாமையால் உழைத்து வாழ முடியாதவர்களும் வேண்டியவற்றைப் பெற்றுச் செல்வார்கள். புலவர்கள் பாடிப் பரிசில் பெறுவார்கள். இத்தனை பேர்களுக்கும் பண்டமும் பொருளும் தந்து அவர்கள் துன்பத்தைப் போக்கும்

உயர்ந்த பண்பை வள்ளல்களிடம் காணலாம். இவ்வளவு பேரும் தாம் பெற்ற நன்மையை எண்ணி மனமார வள்ளல்களை வாழ்த்து வார்கள். அவர்கள் பெற்ற பொருள்களும், அவர்கள் கூறிய வாழ்த்துக் களும் நெடுநாள் நிற்பவை அல்ல. அவர்கள் எவ்வளவுதான் மனமுருகி வாழ்த்தினாலும் அது அப்போதே காற்றோடே போய்விடும்; அவர்கள் பெற்ற பண்டமோ பொருளோ சில நாட்கள் அவர்களுக்குப் பயன்படும்; பிறகு செலவாகிவிடும். ஆகவே அந்த வள்ளல்களையோ அவர்களால் நலம் பெற்றவர்களையோ உலகம் சிலகாலம் நினைத் திருக்கும். அவர்கள் மறைந்தவுடன் அவர்கள் நினைவும் மறந்து போகும்.

இவ்வாறு ஆகாமல் பிறருக்கு அளிப்பதிலே இன்பங்கண்ட பெருமக்களை உலகம் என்றும் எண்ணி வாழ்த்தும்படி செய்தார்கள் புலவர்கள். வள்ளல்களிடம் நலம் பெற்றவர்கள் பல வகையினராக இருந்தாலும், மற்றவர்கள் யாவரும் தம்முடைய வாழ்த்தையும் நன்றியறிவையும் சில காலம் சிலர் காதில் போட்டிருப்பார்கள். புலவர்களோ வள்ளல்களின் சிறப்பையும் அவர்கள் செயல்களையும் விரிவாகப் பல செய்யுட்களில் அமைத்துப் பாராட்டினார்கள். அதனால் அந்த வள்ளல்கள் மறைந்தாலும், அவர்களால் நலம் பெற்ற மக்கள் மறைந்தாலும், அவர்கள் பெற்ற பொருள்கள் அழிந்தாலும் வள்ளல்களின் புகழ் மாய்வதில்லை. புலவர்களுக்கு ஈந்த ஈகை வள்ளல்களின் பெயரை மங்காமல் வைத்திருக்கிறது. அவர்களின் வரலாற்றைப் புலப்படுத்தும் பாடல்கள் இலக்கியமாக வழங்கி வருகின்றன.

இரண்டாயிரம் ஆண்டுகளுக்கு முன் தமிழ்நாட்டில் வாழ்ந் திருந்த மக்களைப் பற்றிய செய்திகளை அந்தக் காலத்தில் உண்டான நூல்கள் நமக்குத் தெரிவிக்கின்றன. அந்த நூல்களை இப்போது சங்க நூல்கள் என்று பெயரிட்டு வழங்குகிறோம். மதுரையில் பாண்டிய மன்னர்களின் ஆதரவு பெற்றுப் பல புலவர்கள் ஒன்று கூடித் தமிழ் ஆராய்ச்சி செய்தார்கள். புதிய நூல்களை இயற்றினார் கள். தமிழ்நாட்டில் யாரேனும் புதிய நூல் இயற்றினால் அந்தப் புலவர்களிடம் வந்து காட்டி நன்றாக இருந்தால் மதிப்புப் பெற்றர்கள். இத்தகைய செயல்களைப் புலவர்கள் கூடிச் செய்த இடமே தமிழ்ச் சங்கம். பல நூறு ஆண்டுகள் தொடர்ந்து சங்கம் நடந்து வந்தது.

அந்தக் காலத்தில் வாழ்ந்த புலவர்கள் பாடிய பாடல்கள் யாவும் இப்போது கிடைக்கவில்லை. கிடைத்தவற்றையெல்லாம் பிற்காலத்தில் வந்த மன்னர்கள், புலவர்களைக் கொண்டு சேர்த்து

ஒழுங்குபடுத்தச் செய்தார்கள். புலவர்கள் தொகுத்ததனால் அந்தப் பாடல்களின் கூட்டத்தைத் தொகை என்று சொன்னார்கள். பாட்டின் வகையைக் கொண்டும், பொருளைக் கொண்டும், அளவைக் கொண்டும் சில சில நூல்களாகப் பிரித்தார்கள். அவற்றில் பத்துப் பாட்டு என்பது ஒன்று. அந்தத் தொகை நூலில் பத்து நீண்ட பாடல்கள் இருக்கின்றன. அதனோடு எட்டு வேறு நூல்கள் உள்ளன. பல பாடல்கள் சேர்ந்த தொகுதி. நற்றிணை, குறுந்தொகை, அவற்றை எட்டுத் தொகை என்பார்கள். ஒவ்வொரு தொகையும் ஐங்குறுநூறு, பதிற்றுப்பத்து, பரிபாடல், கலித்தொகை, அகநானூறு, புறநானூறு என்ற எட்டும் எட்டுத்தொகையாகும்.

அந்த நூல்களில் நூற்றுக்கணக்கான புலவர்களின் பாடல்கள் இருக்கின்றன. எத்தனையோ கொடையாளிகளின் வரலாற்றுக் குறிப்புகள் இருக்கின்றன. பல மன்னர்கள், வீரர்கள், பெரியவர்கள் முதலியவர்களைப் பற்றிய செய்திகளையும் அறிந்துகொள்ள முடிகிறது.

கொடையாளிகள் பலரைப் புலவர்கள் பாடியிருக்கிறார்கள். யாவருமே வள்ளல்களானாலும் அவர்களுக்குள் ஏழு பேரை மிகச் சிறந்த வள்ளல்கள் என்று பாராட்டியிருக்கிறார்கள். அதனால் ஏழு வள்ளல்கள் என்று ஒரு கணக்கே ஏற்பட்டுவிட்டது.

பாரி, பேகன், அதிகமான், காரி, ஓரி, ஆய், நள்ளி என்ற ஏழு பேர்களையும் ஏழு பெரு வள்ளல்கள் என்று புலவர்கள் போற்று கிறார்கள். இவர்கள் தமிழ்நாட்டில் இரண்டாயிரம் ஆண்டுகளுக்கு முன் வாழ்ந்து புகழ் பெற்றவர்கள். இவர்கள் யாவரும் சிறிய நாடுகளுக்குத் தலைவர்களாக இருந்தவர்கள்; குறுநில மன்னர்கள்: சில காலத்துக்கு முன்வரையில் சமீன்தார்கள் என்று பலர் இருந் தார்களே, அவர்களைப் போன்றவர்கள். சேர சோழ பாண்டியர்கள் என்னும் மூன்று அரசர்களும் முடியை அணியும் பெரிய மன்னர்கள். அவர்களை முடியுடை மன்னர்கள் என்று சொல்வது வழக்கம். அவர்களின் கீழ்ப் பல சிறு அரசர்களும் நாட்டுத் தலைவர்களும் அங்கங்கே இருந்தார்கள்; தனியாகவும் இருந்தார்கள். குறுநில மன்னர்களை வேளிர் என்று சொல்வார்கள். ஏழு வள்ளல்களும் அத்தகைய சிறிய தலைவர்களே. அவர்களுடைய ஆட்சியில் பெரிய நாடுகள் இருக்கவில்லை; ஆனாலும் தம்முடைய கொடையினால் அவர்கள் புலவர்கள் உள்ளத்தைக் கவர்ந்தார்கள். பல பெரிய மன்னர்களும் சக்கரவர்த்திகளும் பெறாத பெரும் புகழை அவர்கள் அடைந்திருக்கிறார்கள்.

அவர்கள் வரலாற்றை நாம் தெரிந்துகொள்வது இன்றியமையாதது. தம் நலனுக்காக வாழாமல் பிறருக்கு நலம் செய்வதற்காக வாழ்ந்த பெருமக்களைக் கடவுளுக்கு ஒப்பாக மதிப்பது தமிழ்நாடு. ஆதலின் அந்த வள்ளல்களுடைய புகழ்க்குரிய செயல்களைத் தெரிந்து கொள்வதனால் நாம் பெருமை அடையலாம். இனி ஒவ்வொருவராக நாம் தெரிந்துகொள்ளலாம்.

கி.வா.ஜகந்நாதன்

பேகன்

பஞ்சாமிர்தம் சாப்பிட்டவர்களுக்குப் பழனி மலை நினைவுக்கு வராமல் போகாது. பழனி மலையின்மேல் முருகன் கோயில் கொண்டிருக்கிறான். இப்போது பழனி என்ற பெயர் மலைக்கும் அதன் அடிவாரத்திலுள்ள ஊருக்கும் சேர்ந்து வழங்குகிறது. பழைய காலத்தில் மலைக்குப் பொதினி என்று பெயர்; ஊருக்கு ஆவிநன்குடி என்று பெயர். பொதினி என்பதே பிற்காலத்தில் பழனி என்று மாறிவிட்டது.

ஆவியர் குலம் என்பது ஒரு குறுநில மன்னர் குடிக்குப் பெயர். அவர்கள் அரசாண்ட இடம் ஆதலால் ஆவிநன்குடி என்று ஊருக்குப் பெயர் வந்தது. ஆவி, வையாவி என்று இரு வகையிலும் ஆவியர் குல மன்னர்களை வழங்குவதுண்டு. ஆதலால் வையாவிபுரி என்றும் சொன்னார்கள்; அதுவே நாளடைவில் வையாபுரி என்று மாறியது.

அந்த ஆவியர் குலத்தில் வந்தவன் பேகன் என்னும் குறுநில மன்னன். பாரியைப்போல அவனும் ஒரு வேள். அவனை வையாவிக் கோப்பெரும் பேகன் என்று சொல்லுவார்கள். வையாவி ஊரில் உள்ள அரசனாகிய பெரிய பேகன் என்பது பொருள்.

பேகன் சிறந்த கொடையாளி. புலவர்களுக்கு வாரி வாரி வழங்கும் வள்ளல். யாழை வாசித்துப் பாடும் பாணர்கள் வருவார் கள். அவன் அரண்மனையில் பலநாள் தங்குவார்கள். அவர் களுடைய இசையின்பத்தை நுகர்ந்து களிப்பான் பேகன். பிறகு பலவகைப் பரிசில்களை அளிப்பான். பொன்னாலாகிய தாமரைப் பூவை அவர்கள் அணியும்படியாகத் தருவான். அந்தக் காலத்தில் பாணர்களுக்குப் பொற்றாமரை அளிப்பது வழக்கம். பாணர்களுடைய மனைவிமார்கள் ஆடுவார்கள்; பாடுவார்கள். அவர்களுடைய ஆடல் பாடல்களையும் கண்டு மகிழ்வான். அவர்களுக்குப் பலவகை அணிகலன்களைப் பரிசளிப்பான். சில சமயங்களில் பாணர்களுக்கும் புலவர்களுக்கும் தேரையும் அளிப்பதுண்டு.

சங்க காலப் புலவர்களில் தலைமையும் புகழும் பெற்றவர் கபிலர். அவர் பலமுறை பேகனிடம் வந்து சிலநாள் தங்கிச் சென்றார். கபிலர் பரணர் என்று சேர்த்துச் சேர்த்துச் சொல்வார்கள். கபிலரைப் போலவே பரணரும் பெருமதிப்பை உடையவர். அவரும் பேகனிடம் வந்தார். வேறு புலவர்களும் அவனை நாடி வந்தார்கள்; அளவளாவினார்கள்; பாடினார்கள்.

தமிழ்ப் புலவர்களிடம் மிகவும் மதிப்பு வைத்துப் பழகினான் பேகன். பொதினி மலையின்மேல் இருந்த திருக்கோயிலில் முருகன் எழுந்தருளியிருந்தான். மலையைச் சுற்றி வாழ்ந்த குறவர்கள் இடைவிடாமல் அப் பெருமானைத் தொழுது வழிபட்டார்கள். மழை பெய்யாவிட்டால் அவனுக்குப் பூசை போடுவார்கள். மழை மிகுதியாகப் பெய்தாலும் மழை நிற்கவேண்டுமென்று கும்பிட்டு வழிபடுவார்கள். குறிஞ்சி நிலக் கடவுளாகிய முருகனிடத்தில் அந்நில மக்களாகிய அவர்களுக்குச் சிறிதும் தளராத நம்பிக்கை இருந்தது. பேகன் அவர்களுடைய நல்வாழ்வைக் கண்டுகளித்தான். அவர்களுக்கு உதவிகளைச் செய்தான்.

அவனும் மலையில் உள்ள முருகப் பெருமானையே அடிக்கடி வழிபட்டு வந்தான். ஆவியர் குலத்துக்குப் பொதினி மலை முருகனே வழிபடு கடவுளாக விளங்கினான்.

ஒருநாள் பேகன் வெளியிலே காலாற உலாவி வரப் புறப் பட்டான். அவனுடன் இரண்டு மெய் காவலர் சென்றனர். அது கார் காலம். மேகம் வான் முழுதும் கப்பிக்கொண்டிருந்தது. குளிர் காற்று மெல்ல வீசியது. நெடுந்தூரம் சென்றவன் மீண்டு தன் இருப்பிடத்தை நாடி வந்து கொண்டிருந்தான். அப்போது அங்கே ஓர் அழகிய காட்சியைக் கண்டான். மரங்கள் அடர்ந்த ஓரிடத்தில் ஓர் அழகிய ஆண் மயில் தன் தோகையை விரித்துக் கொண்டிருந்தது. அவன் அங்கே சற்று நின்றான். மயில் தன் இயல்புப் படி சர் சர் என்ற ஒலி உண்டாகும்படி தோகையை அசைத்தது. அப்போது குளிர்ந்த காற்று வீசியது.

அவன் ஆடல் மகளிருக்குப் பல பரிசு தரும் வழக்கமுடைய வன். இப்போது ஆடுகின்ற இந்த மயில் ஆடல் மகளிரைப் போலத்தான் ஒய்யாரமாக ஆடியது. ஆனால் சர் சர் என்று ஒலி வருவானேன்? அது குளிரால் நடுங்குவதனால்தான் அந்த ஒலி எழுகிறதென்று அவனுக்குத் தோன்றியது. உடனே அவன் உள்ளத்தில் இரக்க உணர்ச்சி உண்டாயிற்று. "பாவம்! இதற்கு வாய் இருந்தால் தனக்குக் குளிர்கிறதென்பதை எடுத்துச் சொல்லும். இந்த ஒலியினால் புலப்படுத்துகிறது போலும்! என்ன அழகான மயில்! இது நடுங்க

நாம் பார்த்திருக்கலாமா?" என்று சிந்தனை செய்தான். அவன் முருக பக்தன் அல்லவா? மயில் முருகனுடைய வாகனம் ஆயிற்றே! அது குளிரால் நடுங்கும்படி விடலாமா? முருகனைச் சார்ந்த எல்லாப் பொருள்களும் புனிதமானவை. மயில் மெல்லிய பறவை; அழகிய புள்; முருகனுக்கு ஊர்தியாகும் சிறப்பைப் பெற்றது. அதற்கு இரங்காமல் இருக்கலாமா?

எப்படியாவது அதன் துயரத்தைப் போக்க வேண்டும் என்று எண்ணிய அவனுக்கு ஒன்றும் தோன்றவில்லை. சட்டென்று தன் மேல் உள்ள விலை உயர்ந்த போர்வையை எடுத்தான். மயிலின் அருகே சென்று அதற்குப் போர்த்துவிட்டான்.

அருகில் இருந்தவர்கள், "என்ன இது!" என்றார்கள்.

"பாவம்! குளிரால் நடுங்கும் அதற்கு இதைப் போர்த்தினால் நல்லதென்று தோன்றிற்று!" அவர்களுக்கு வியப்புத் தாங்கவில்லை.

பேகன் செய்தது பேதைமைச் செயல் என்று அவர்கள் எண்ண வில்லை. பிற உயிர்களின் துன்பத்தைக் கண்டு தாங்காத அவனுடைய உள்ளத்தின் உயர்வையே அவர்கள் நினைத்துப் பார்த்தார்கள். அவனுடைய வள்ளன்மையை அவர்கள் நன்கு அறிந்தவர்கள். புலவர்களுக்குப் பொன்னும் பொருளும் வாரி வழங்குவதைக் கண்டு வியந்திருக்கிறார்கள். பாணர்களுக்குப் பரிசில்கள் தருவதைக் கண்ணாரக் கண்டு களித்திருக்கிறார்கள். கூத்தர்களுக்கு விருந்தும் விரும்பும் பொருளும் வழங்குவதைப் பார்த்து இறும்பூது அடைந்திருக்கிறார்கள். ஆனால் இப்போது அந்த வள்ளல் செய்த செயலை வள்ளன்மைச் செயல் என்பதா? ஆடும் மயிலுக்குப் பரிசு வழங்கியதாகச் சொல்வதா? உயிர்க் கருணை என்று சொல்வதா?

மயில் போர்வையைப் போர்க்குமா என்று அவன் யோசிக்க வில்லை. அது விலை உயர்ந்த மேலாடை ஆயிற்றே என்று தயங்கி நிற்கவில்லை. ஒரு பறவை தன் நாட்டில் வாழும் பறவை—துன்புறுவ தாக எண்ணினான்; அந்தக் கணத்திலே அவன் மனம் உருகியது; ஒன்றையும் எண்ணாமல் மேலே உள்ள படாத்தை எடுத்துப் போர்த்தி விட்டான்.

மயில் பறந்து போய்விட்டது. காவலர் பேகன் அளித்த போர் வையை எடுத்துக் கொண்டனர். உலகுக்கு அறிவிக்கக் காவலர்களுக்கு ஓர் அதிசயச் செய்தி கிடைத்தது. பேகனுடைய உள்ளத்தின் மென்மையை எடுத்துக்காட்டும் ஒரு நிகழ்ச்சியை அவர்கள் காணும் வாய்ப்பல்லவா பெற்றார்கள்?

பேகன் அரண்மனையை அடைந்தான். அவனுடன் சென்றிருந்த காவலர்கள் அவன் மயிலுக்குப் போர்வையை அளித்த அதிசயத்தை

 நற்றிணை பதிப்பகம் ★ 99

யாவரிடமும் சொல்லிச் சொல்லி வியந்தார்கள். புலவர்களிடம் புகன்றார்கள். புலவர்களுக்கு ஒரு செய்தி தெரிந்தால் வாளா இருப் பார்களா? தம்முடைய பாவினால் பேகன் புகழை முழக்கினார்கள்.

பரணர் அந்த அரிய செயலைப் பாராட்டினார். "மயில் மேலாடையை உடையாக உடுக்குமா? அன்றி மேலே போர்வையாகத் தான் போர்த்துக் கொள்ளுமா? இது பேகனுக்குத் தெரியாதா? தெரியும். ஆனால், அந்தச் சமயத்தில் அவன் கருணை உள்ளம் உருகியது. தன் படாத்தை மயிலுக்கு அளித்துவிட்டான்" என்று பாடினார்.

இன்னாருக்கு இன்னது கொடுக்க வேண்டும் என்பதை எண்ணிக் கொண்டிராமல், கிடைத்ததை நினைத்தபோதே கொடுப் பதைக் கொடை மடம் என்று சொல்வார்கள். மடம் என்பதற்கு அறியாமை என்று பொருள். இது சரியா, தவறா என்று ஆராயும் அறிவுக்கு இடம் கொடாமல், உள்ளத்தில் கொடுக்கத் தோன்றிய போதே கொடை மடம் உடையவர்கள் கொடுத்து விடுவார்கள். பேகன் மயிலின் இயல்பை அப்போது சிந்தித்துப் பார்க்கவில்லை; போர்வையை வழங்கிவிட்டான். இந்தக் கொடை மடத்தைப் பரணர் பாராட்டினார்.

"தண்ணீரே இல்லாமல் போன குளத்திலும் மழை பெய்கிறது; அகன்ற வயலிலும் பொழிகிறது; சிறிதும் பயன்படாத உப்பு நிலத்திலும் பெய்கிறது. இங்கேதான் பெய்ய வேண்டும், இங்கே பெய்யக் கூடாது என்று அது யோசிப்பதில்லை. மதம் பொருந்திய யானையையும் வீர கண்டையை அணிந்த காலையும் உடைய பேகன் அந்த மாரியைப் போன்றவன். வரம்பு இல்லாமல், ஆராய்ச்சி இல்லாமல் கொடையைப் பொழிகிற மழை அவன். இப்படிக் கொடை மடம் உடையவனாக இருக்கிறான் என்பதனால், வீரச் செயல்களிலும் அறியாமை உடையவன் என்று எண்ணக்கூடாது. படையைக் கொண்டு போரிடும் திறத்தில், நன்றாகச் சூழ்ந்து, இடத்துக்கும் காலத்துக்கும் தன் வலிமைக்கும் மாற்றான் வலிமைக்கும் ஏற்றபடி செயலை வகுப்பதில் வல்லவன். கொடை மடம் படுவானே அல்லாமல் படை மடம் படமாட்டான்" என்று அந்தப் பெரும் புலவர் பாடினார். அவன் கொடையைப் புகழ்ந்ததோடு நில்லாமல் வீரத்தையும் எடுத்துக்காட்டினார்.

அதுமுதல் தமிழ் மக்கள் பேகனை மயிலுக்குப் போர்வை வழங்கிய வள்ளல் என்று பாராட்டத் தொடங்கினார்கள்.

இவ்வாறு புகழ்பெற்ற பேகனுக்குக் கண்ணகி என்ற மனைவி இருந்தாள். ஆடல் கலையில் வல்ல ஒரு விறலியின் ஆட்டத்திலும்

பாடலிலும் அவன் ஈடுபட்டான். அதனால் மற்றக் காரியங்களைக்கூட மறந்திருந்தான். அந்த விறலியும் சில காலம் ஆவிநன்குடியில் தங்கி யிருந்தாள். இது சம்பந்தமாகக் கண்ணகிக்குத் தன் கணவன்மேல் ஐயம் உண்டாயிற்று. அதனால் சிறிது கோபமும் எழுந்தது. அதை ஊடல் என்பார்கள். எப்படியோ அந்தச் சிறிய ஊடல் பெரிதாக வளர்ந்துவிட்டது. பேகன் தன் மனைவியை ஒரு மாளிகைக்கு அனுப்பி அங்கேயே இருக்கும்படி சொல்லிவிட்டான். அவள் உணவு உடை முதலியவற்றைப் பெற ஏற்பாடுகள் செய்தான். ஆனால் அவளைப் போய்ப் பார்க்கவில்லை. இந்தச் செய்தி முதலில் யாருக்கும் தெரியாது. பிறகு மெல்ல மெல்லப் பேகனுடைய உறவினருக்குத் தெரிந்தது.

கண்ணகி தன் கணவனுடைய சினத்துக்கு ஆளாகித் தவித்தாள். அவளுக்குப் பேகனுடைய அன்பு இனிக் கிடைக்குமோ என்ற ஏக்கம் வந்துவிட்டது. வாழ்க்கையே குலைந்துவிட்டதாக எண்ணி மறுகினாள்.

பேகனிடம் கூறி அவன் சினத்தை மாற்ற வேண்டும் என்று அவனுடன் பழகுகிறவர்கள் யாவரும் நினைத்தார்கள். ஆனால் அவனுக்கு நல்லுரை கூறும் துணிவு யாருக்கும் உண்டாகவில்லை. பேகனுடன் நெருங்கிப் பழகும் புலவர்களைக் கொண்டுதான் இந்தக் காரியத்தைச் சாதித்துக்கொள்ள வேண்டும் என்று சில அன்பர்கள் எண்ணினார்கள்.

ஒரு சமயம் பரணர் வந்தார்; அவருடன் கபிலரும் வேறு சில புலவர்களும் வந்தார்கள். பரணரை நன்கு அறிந்திருந்தவரும் பேகனுடைய நண்பருமாகிய ஒருவர் அப்புலவரைத் தனியே சந்தித்து நிகழ்ந்ததைச் சொன்னார்; எப்படியாவது கண்ணகியை மீட்டும் பேகனோடு வாழும்படி வகை செய்யவேண்டும் என்று வேண்டிக் கொண்டார்.

பரணர் அதைப் பற்றி மேலும் விசாரித்துத் தெரிந்துகொண்டார். தாம் ஒருவராக நின்று பேகன் மனத்தை மாற்றுவதைவிடக் கபிலர் முதலிய மற்றப் புலவர்களையும் துணையாகக் கொண்டு அவனை இரங்க வைக்கலாம் என்று எண்ணினார். அந்தப் புலவர்களிடம் தம் கருத்தைச் சொன்னார். இன்னது செய்வதென்று அவர்கள் தங்களுக்குள் ஒரு திட்டம் வகுத்துக்கொண்டார்கள்.

ஒருநாள் காலை கபிலர் தனியே சென்று பேகனைக் கண்டார். இருவரும் பேசிக்கொண்டிருந்தார்கள்.

"நேற்று ஒரு நிகழ்ச்சி நடந்தது. அது முதல் என் உள்ளம் அங்கேயே இருக்கிறது" என்றார் புலவர்.

"என்ன அது?" என்று கேட்டான் வள்ளல்.

"நானும் என்னைச் சேர்ந்தவர்களும் உன்னையும் உன் மலையையும் பாராட்டும் பாடல்களை ஓரிடத்திலே பாடிக் கொண்டிருந்தோம். அப்போது யாரோ விம்மிவிம்மி அழும் குரல் கேட்டது."

"அழுகையா? யார் அழுதார்கள்?!"

"அதுதான் தெரியவில்லை. அழுதவள் ஒரு பெண். அவள் சில வார்த்தைகளைச் சொல்லிப் புலம்பினாள். அந்தக் குரல்தான் எத்தனை மென்மையாக இருந்தது! புல்லாங்குழல் அழுவதாக இருந்தால் எப்படி இருக்கும்! அதுபோல இருந்தது. அவள் யாரோ, அவளுக்கு என்ன துயரமோ, தெரியவில்லை. உன் பேரைச் சொன்ன போது அவள் அழக் காரணம் என்ன? எனக்கு அதை நினைக்க நினைக்க மனம் உருகுகிறது" என்று நிறுத்தினார் புலவர்.

பேகன் ஒன்றும் பேசவில்லை. கபிலர் இன்னாரைக் குறிப்பிட்டுச் சொல்கிறார் என்பதை அவன் உணர்ந்து கொண்டான். புலவர் தம் கருத்தை ஒரு பாட்டாகவே பாடிவிட்டார். பேகன் சிந்தனையுள் ஆழ்ந்தான். "சரி, நான் போய்வருகிறேன்" என்று சொல்லி அவர் விடைபெற்றுக்கொண்டார்.

சிறிது நேரம் சென்றது. பரணர் வந்தார்.

"இன்று ஒரு புதிய பாடல் பாடி வந்திருக்கிறேன்" என்று சொல்லிக் கொண்டே வந்தார். பேகன் சிறிதே தெளிவு பெற்று, 'வாருங்கள், வாருங்கள்" என்றான். அவர் அமர்ந்தார், "அந்தப் பாடலை ஒரு பாணன் பாடியதாகப் பாடியிருக்கிறேன்" என்றார்.

"எங்கே சொல்லுங்கள், கேட்கலாம்." பாட்டை அவர் சொன்னார். அதுவும் கண்ணகியின் துயரத்தைச் சொல்வதாகவே இருந்தது. "நீ இரங்காமல் இருப்பது கொடுமை, நாங்கள் யாழைச் சரிப்படுத்திக் கொண்டு செவ்வழிப் பண்ணிலே உன் காட்டின் பெருமையைப் பாடினோம். அப்போது நெய்தற் பூப்போன்ற கண்ணிலிருந்து நீரை வார விட்டுக்கொண்டு ஒருத்தி வந்தாள். நாங்கள் அப்பெருமாட்டியை வணங்கி, 'எங்கள் பெருமானுக்கு உறவினளோ?' என்று கேட்டோம். அவள் தன் மெல்லியவிரலால் கண்ணீரைத் துடைத்துக்கொண்டாள்; 'நான் அவனுடைய உறவினள் அல்லள். அவனுக்கு என்னைப்போல வேறு ஒருத்தி உறவினளாகி விட்டாள் என்று சொல்லிக்கொள்கிறார்கள்' என்று சொன்னாள்." இவ்வாறு அந்தப் பாடல் கூறியது. அதைக் கேட்டுப் பேகன் தலையைத் தாழ்த்திக்கொண்டான்.

மறுபடியும் ஒரு பாட்டைப் பரணர் கூறினார். அதுவும் பாணன் பாடுவதாகவே இருந்தது. "மயில் நடுங்குமென்று உள்ளம்

இரங்கி மேலாடையை உதவிய பேகனே, நாங்கள் இப்போது உன்னை அணுகியதற்குக் காரணத்தைக் கேள். எங்களுக்குப் பசி இல்லை; தாங்க வேண்டிய குடும்பப் பாரமும் இல்லை. இங்கே வந்து இசை பாடிப் பெற விரும்பிய பரிசில் ஒன்று உண்டு. அந்தப் பரிசிலை நீ அருளவேண்டும். நீ இப்போதே உன் தேரில் ஏறி, வருத்தத்தோடு உறையும் அப் பெருமாட்டியின் துன்பத்தைக் களைய வேண்டும்" என்று பாடினார்.

பேகன் காதில் அதுவும் விழுந்தது. அவன் முகம் நிமிர்ந்து பார்க்கவில்லை. சிறிது நேரம் பேசாமல் அமர்ந்திருந்த பரணர், "நான் போய் வருகிறேன்" என்று விடைபெற்றுக்கொண்டார்.

அன்று பிற்பகலிலும் பேகனை வேறு புலவர்கள் அணுகினார்கள். அரிசில் கிழார் சென்றார். அவரும் பாணன் கூற்றாகவே பாடினார்; "நின் நல்ல நாட்டைப் பாடிய பாணனாகிய என்பால் அன்பு வைத்துப் பரிசில் தர வேண்டுமென்று நீ எண்ணினாயானால் இந்தப் பரிசில் தரவேண்டும்; நின்னைப் பிரிந்து வாடும் அரிவை மீண்டும் தன் கூந்தலை வாரிப் பின்னிப் பூவைச் சூட்டிக் கொள்ளும் படி நீ இப்போதே தேரில் குதிரையைப் பூட்டவேண்டும்" என்று கவி பாடினார். அவர் போனபிறகு பெருங்குன்றூர் கிழார் வந்தார், அவரும் அதே போக்கில் பாடினார்.

பெரும்புலவர்கள் சொல்வதைக் கேட்டும் மனம் இரங்காமல் இருப்பானா பேகன்? அவன் தான் செய்த செயலுக்காக மிகவும் வருந்தினான். அன்றே தன் மனைவியைத் தானே சென்று அழைத்து வந்தான். மறுநாள் புலவர்கள் நால்வரையும் அரண்மனைக்கு வரச் செய்தான். தன் மனைவியையும் உடன் வைத்துக்கொண்டு அந்த நால்வரையும் வரவேற்று உபசரித்தாள் கண்ணகி. அப் புலவர்கள் காலில் விழுந்து வணங்கினாள். அப்போதும் அவள் கண்ணில் நீர் வழிந்தது. நன்றியறிவினாலும் மகிழ்ச்சியினாலும் வந்த கண்ணீர் அது.

✹

அதிகமான்

தருமபுரி என்று கேட்டிருக்கிறீர்களா? சேலம் மாவட்டத்தில் உள்ள ஊர் அது, அந்தப் பேர் பிற்காலத்தில் வந்தது. அந்தக் காலத்தில் அதற்குத் தகடூர் என்று பேர் வழங்கியது. இப்போது தருமபுரிக்கருகில் அதிகமான் கோட்டை என்ற இடம் இருக்கிறது. அது முன் காலத்தில் தகடூரைச் சேர்ந்ததாக இருந்தது. அந்தக் கோட்டையை நடுவிலே பெற்று, நாற்புறமும் விரிவாகவும் அழகாகவும் அமைந்திருந்தது பழைய காலத்துத் தகடூர்.

அதைத் தன் அரசாட்சிக்குரிய தலைநகரமாகக் கொண்டு வாழ்ந்தவன் அதிகமான் நெடுமான் அஞ்சி என்பவன். அதிகர் என்றும் அதியர் என்றும் அவனுடைய குலத்தோரை அறிஞர்கள் குறிப்பார்கள். அந்தக் குலத்தில் உதித்தவன் நெடுமான் அஞ்சி. அதில் தோன்றிய பலருக்குள்ளே அவனே இணையில்லாத புகழ் பெற்றவனாதலின், அதிகமான் என்றால் அவனையே குறிக்கும்படி ஆகிவிட்டது.

அதிகர் குலத்தின் முதல்வன் சேரர் குலத்தில் உதித்தவன். மிகப் பழங்காலத்திலேயே அதிகமானுடைய முன்னோர்கள் அக்குலத்திலிருந்து தனிக் கிளையாகப் பிரித்து தனியே நாடாளும் உரிமையை மேற்கொண்டிருந்தார்கள். சேரர்களைப் போல முடியுடை மன்னர்களாக விளங்காவிட்டாலும் அவர்களுக்குரிய பனை மாலையை அணிந்துகொண்டார்கள். சேரர்களுக்கும் அதியர் குலத்தினருக்கும் அடிக்கடி பூசல் நிகழ்வது உண்டு.

அதிகமான் சிறந்த வள்ளல்; பெரு வீரன். புலவர்களிடையே இருந்து இனிதே பொழுது போக்குபவன். எதைச் செய்தாலும் அதில் ஈடுபட்டு ஒருமை மனத்தோடு செயல் செய்யும் இயல்புடைய வன். போர் பற்றிய ஆலோசனையில் ஆழ்ந்திருந்தால் வேறு எதையும் கவனிக்காமல் தன் அமைச்சர்களுடனும் படைத் தலைவர் களுடனும் அதுபற்றிய பேச்சிலே ஈடுபட்டிருப்பான்.

அவனை நாடிப் பல புலவர்கள் வந்தார்கள்; பாடினார்கள்; பரிசு பெற்றார்கள். தமிழ்ப் புலமையிலே சிறந்த மூதாட்டியாகிய

ஔவையார் அவனிடம் வந்தார். அப்போது அதிகமான் ஏதோ இன்றியமையாத ஆலோசனையில் ஈடுபட்டிருந்தான். அத்தகைய சமயங்களில் யாரும் அவனை அணுக அஞ்சுவார்கள். அரசியல் அதிகாரி ஒருவர் ஔவையாரை வரவேற்றுத் தாகத்திற்கு நீர் கொடுத்து அமரச் சொன்னார். ஔவையார் அமர்ந்தார். “மன்னர் மிகவும் முக்கியமான ஆலோசனையில் இருக்கிறார். இதோ வந்துவிடுவார். சற்றுப் பொறுக்க வேண்டும்” என்று அதிகாரி பணிவாகச் சொன் னார். சிறிது நேரம் ஆயிற்று. அதிகமான் வரவில்லை.

ஔவையார் பொறுமையை இழந்தார். ‘எவ்வளவு நேரம் பிச்சைக்காரியைப் போலக் காத்திருப்பது?’ என்று கோபம் மூண்டது. உடனே ஒரு பாட்டைப் பாடினார். அங்கே இருந்த வாயில் காவலனைப் பார்த்து அந்தப் பாடலைச் சொல்லத் தொடங்கினார். “வாசற்காரா, வாசற்காரா, கொடையாளிகளின் காதுகளில் தம்முடைய சொற்களை விதைத்து, தம் காரியங்களை முடித்துக் கொள்கிறவர்கள் புலவர்கள். அவர்களுக்குப் பரிசு பெரிதன்று; தரம் அறிந்து பாராட்டும் வரிசை தான் பெரிது. அதற்காகவே அவர்கள் ஏங்கிக் கிடப்பார்கள். அத்தகைய பரிசிலர்களுக்கு அடையாமல் திறந்து வைத்திருக்கிற வாசலைக் காப்பவனே! உன்னுடைய அரசனாகிய நெடுமான் அஞ்சி தன் பெருமையைத் தான் அறியவில்லையோ? வந்தவர்களைக் காக்க வைப்பது அவன் பெருமைக்கு இழுக்கு என்பதைத் தெரிந்துகொள்ள வில்லையோ? அது கிடக்கட்டும். என்னையும் அவன் அறிந்துகொள்ள வில்லையோ? பிச்சைக்காரியைப் போலக் காத்திருக்கும் பேர்வழி நான் அல்லள் என்பதை அவன் உணரவில்லையே! அறிவுடையோரும் புகழுடையோரும் இந்த உலகத்தில் தோன்றுகிறார்கள்; மறைகிறார் கள். பிறகு யாரும் தோன்றாத சூனிய உலகம் அன்றே? எத்தனையோ பேர்கள் இருந்துகொண்டுதான் இருக்கிறார்கள். கையில் கோடரியை யுடைய தச்சன் பெரிய காட்டில் மரத்தைத் தேடி அலையவா வேண்டும்? உபகாரியைத் தேடி நான் அலைய வேண்டியதில்லை. எந்தத் திக்கிலே சென்றாலும் அந்தத் திக்கிலே சோறு கிடைக்கும்” என்று பாடினார்.

பாட்டு முடிவதற்கும் அதிகாரி வந்து நிற்பதற்கும் சரியாக இருந்தது. ஔவையார் பாடிக்கொண்டிருந்தபோது அங்கே வந்த அதிகாரி அப் பெருமாட்டியின் கோபத்தை உணர்ந்து ஓடிச் சென்று அதிகமானிடம் தெரிவித்தார். உடனே அதிகமான் வந்துவிட்டான். “நான் செய்த பிழையைப் பொறுக்க வேண்டும். மிகவும் இன்றி யமையாத கடமை இருந்தது. அதனால் கவனிக்காமல் இருந்து விட்டேன். நான் செய்தது எவ்வளவு பெரிய பிழை என்பதை இப்போது நன்றாக உணர்கிறேன். தாங்கள் வந்திருப்பது எனக்குத்

தெளிவாகத் தெரியாது. தெரிந்திருந்தால் அப்போதே வந்திருப்பேன்." அவன் உண்மையில் மனம் குழைந்து மன்னிப்பு வேண்டினான். அழாத குறைதான்.

ஔவையார் உண்மையை உணர்ந்தார். அவர் வந்திருப்பதை யாரும் தெரிவிக்காத போது அவனைக் குறை கூறிப் பயன் என்ன? அவர் சினம் தணிந்தார். அதிகமான் அவரை உள்ளே அழைத்துச் சென்றான். சிறந்த இடத்தில் இருக்கச் செய்து அன்புடன் உரை யாடினான்.

ஔவையார் சினம் மாறியதோடு அதிகமானுடைய பண்பையும் உணரத் தொடங்கினார். இரண்டு நாட்கள் தங்கி விடை பெற்றுக் கொண்டார். "அடிக்கடி வந்து தமிழின்பத்தை நான் நுகரும்படி செய்ய வேண்டும்" என்று வேண்டிக்கொண்டான் அதிகமான்.

நெடுமான் அஞ்சியின் நாட்டில் கஞ்சமலை என்ற மலை ஒன்று உண்டு. பல மருந்துச் செடிகள் உள்ளது அது; முனிவரும் சித்தரும் நாடி மருந்துக்குரிய மூலிகைகளைத் தேடிப்பெறும் சிறப் புடையது. அங்கே ஓரிடத்தில் நெல்லி மரம் ஒன்று இருந்தது. அது எங்கும் காணுவதற்கரிய சிறப்பை உடையது; பல ஆண்டுகளுக்கு ஒருமுறை காய்க்கும் தன்மை பெற்றது. மருத்துவர்கள் அதன் பெருமையை உணர்ந்து அதிகமானிடம் சொல்லியிருந்தார்கள். "அந்த மரம் காய்த்துப் பழுப்பது அரிது. காய்கள் பிஞ்சிலே உதிர்ந்து விடும். ஒன்று இரண்டு காய்கள் முற்றி விளைந்தால் அவற்றை அமுதம்போலப் பாதுகாக்க வேண்டும். அந்த நெல்லிக்கனியை உண்டால் நெடுநாளைக்கு வாழலாம்" என்று சொன்னார்கள். "அத்தகைய மரத்தை நாம் பாதுகாப்பது நல்லது" என்று எண்ணி அதிகமான் அதற்குக் காவலாளரை அமைத்தான். பல காலமாகியும் அது காய்ப்பதாகவே தெரியவில்லை.

அந்த மரத்தில் இப்போது பிஞ்சுகள் தோன்றின. அதிகமான் அதைப் போய்ப் பார்த்துவிட்டு வந்தான். ஆனால் மருத்துவர்கள் சொன்னதுபோல் பிஞ்சுகள் ஒவ்வொன்றாக உதிர்ந்து வந்தன. "ஒரு காயாவது கனிந்தால் அரசருக்குப் பயன்படும். அவர் ஒருவர் நீடூழி வாழ்ந்தால் எத்தனையோ பேருக்கு நலம் உண்டாகும்" என்று சான்றோர் கூறினர்.

காலம் போய்க்கொண்டிருந்தது; பிஞ்சுகளும் உதிர்ந்துகொண்டே இருந்தன; சில, பெரிய பிஞ்சுகளாக முதிர்ந்தன; அவற்றிலும் சில உதிர்ந்தன. கடைசியில் சொல்லி வைத்தாற்போல ஒரே ஒரு காய் தான் மிஞ்சியது; பருத்தது: நன்றாகக் கனிந்தது.

ஒன்றாவது கிடைத்ததே என்று பெருமக்கள் உவகை அடைந்தனர். அந்தக் கனி அதிகமானுக்குத்தான் உரியது என்பதில் யாருக்கும் ஐயம் உண்டாகவில்லை. ஒரு நல்லநாளில் அதைப் பறித்து இறைவன் திருமுன் வைத்து வணங்கி உண்ண வேண்டும் என்று ஏற்பாடு ஆகியிருந்தது.

அந்த நாள் வந்தது. கனியைப் பறித்து வந்து இறைவன் முன் வைத்து வழிபட்டார்கள். அதிகமான் இறைவனை வணங்கி ஓர் இருக்கையில் சென்று அமர்ந்தான். நெல்லிக்கனியை ஒரு பொற்றட்டில் ஒரு மங்கை ஏந்தி அவனிடம் கொண்டு வந்தாள். அந்தச் சமயத்தில் ஔவையார் அங்கே வத்து சேர்ந்தார். அவரை வரவேற்றான் அதிகமான். அந்த இளம் பெண் நெல்லிக்கனியை ஏந்திக்கொண்டு அருகில் நின்றாள். ஔவையார் நல்ல வெயிலில் நடந்து வந்திருந்தார். "என்ன கடுமையான வெயில்!" என்று சொல்லிக் கொண்டே அமர்ந்தார். உடனே ஒருவர் தண்ணீர் கொண்டுவந்து கொடுத்தார். அதை அருந்திய அவர் அந்த இளம்பெண் கையில் பொன் தட்டை ஏந்திக்கொண்டு நிற்பதைக் கண்டார்.

"என்ன அது?" என்று கேட்டார் ஔவையார்.

"நெல்லிக்கனி" என்று அதிகமான் கூறினான்.

"நெல்லிக்கனியா? இந்த வெயில் காலத்தில் தாகம் தீர்க்க உதவுவதல்லவா அது? நான் வரும் வழியில் ஒரு நெல்லிக்காயாவது கிடைக்காதா என்று ஏங்கினேன். நாக்கு அப்படி வறட்டியது."

"அப்படியா? இந்த நெல்லிக்கனியை உண்ணலாமே!" என்றான் அதிகன்.

அருகில் இருந்தவர்கள் துணுக்குற்றார்கள். ஔவையார் அதைக் கவனிக்கவில்லை. அதிகமான் கூறியதற்கு,"உண்ணலாம்" என்று விடை கூறினார். அதிகமான் மறுபேச்சுப் பேசவில்லை, தட்டில் இருந்த நெல்லிக்கனியை எடுத்தான். ஔவையாரின் கையிலே கொடுத்தான். அவர் அதை வாயிலிட்டுத் தின்னத் தொடங்கினார்.

அங்கே இருந்தவர்களுடைய உள்ளத்தில் எத்தனையோ விதமான எண்ணங்கள் எழுந்தன. "இவள் எங்கேயடா இப்போது வந்து சேர்ந்தாள்!" என்று சிலர் பல்லைக் கடித்தார்கள். "இவன் இதன் அருமையைச் சொல்லாமல் இப்படிச் செய்யலாமா?" என்று அவன் மீது சினம் கொண்டார்கள்,

'நெல்லிக்கனி ஒரு புதிய சுவையுடன் இருக்கிறதே! இது போன்றதொன்றை நான் கண்டதே இல்லை' என்று ஔவையார்

 நற்றிணை பதிப்பகம் ✶ 107

மென்று கொண்டே சொன்னார். "ஆமாம்; இது புதிய கனிதான்" என்றான் அதிகமான்.

அதற்குள் அங்கே அமர்ந்திருந்த பெரியவர் ஒருவருக்கு ஆத்திரம் பொறுக்கவில்லை "நம் அரசனுக்காகத் தவஞ் செய்து பெற்ற கனி அது" என்று வெடுக்கென்று சொல்லிவிட்டார். "இதில் ஏதோ சிறப்பிருக்கிறது போலிருக்கிறதே!" என்று ஔவையார் அங்கே இருந்தவர்கள் முகத்தைப் பார்த்தார்.

ஏதோ நடக்கக்கூடாதது நடந்துவிட்டதென்ற செய்தியை அவர்கள் முகங்கள் தெரிவித்தன.

ஔவையார், "ஏதோ ஒரு புதுமை இக் கனியில் இருக்கிறது. நீ உண்ண வேண்டியதை நான் உண்டுவிட்டேன் என்று தெரிகிறது. உண்மையை ஒளிக்காமல் சொல்லவேண்டும்" என்று அதிகமானைக் கேட்டார்.

"நான் சொல்கிறேன்" என்று பெரியவர் முன் வந்தார்; கதையை யெல்லாம் சொல்லி முடித்தார்.

அப்போதுதான் ஔவையார். அவசரப்பட்டுத் தாம் செய்த செயலின் விளைவை உணர்ந்து இரங்கினார். "அப்படியா? நான் என்ன காரியம் செய்து விட்டேன்! பல காலம் வாழவேண்டிய உனக்குக் கிடைக்க வேண்டியதை நான் இடையிலே தட்டிப் பறிப்பதற்காகவா வந்தேன்?" என்று துயரம் விம்மும் குரலோடு கேட்டார்.

அதிகமான் புன்முறுவல் பூத்தான்; "தாங்கள் அப்படிச் சொல்லக்கூடாது. இறைவன் திருவுள்ளத்தின்படியே யாவும் நடக்கும். நான் எத்தனை காலம் வாழ்ந்தால் என்ன? சில போர்களைச் செய்வேன்: பலரை மடியச் செய்வேன். உலகம் அரசர்களால் வாழ் வதில்லை; அறிவு சிறந்த சான்றோர்களால் வாழ்கிறது. தங்களைப் போன்ற பெரும் புலவர்கள் வாழ்ந்தால் உலகம் நன்மையை உணரும்; நேர்மை வழியை உணரும்; கவிதை விருந்தை நுகரும். இந்த அரிய கனி எங்கே போய்ச் சேரவேண்டுமோ, அங்கேதான் போய்ச் சேர்ந் திருக்கிறது" என்றான்.

ஔவையாருக்கு அதிகமானிடம் உண்டான மதிப்பு ஆயிரம் மடங்கு உயர்ந்துவிட்டது. 'இவன் தெய்வப் பிறவி' என்று மனம் குளிர்ந்து வாழ்த்தத் தொடங்கினார்.

"அதியர் குலத்தில் வந்த கோமானே, நீ வாழ்க! போரில் பகைவரை அழித்து வெல்லும் வீரத் திருவையுடைய நெடுமான் அஞ்சியே, நீ வாழ்க! வாழ்க! பால் போன்ற வெண்பிறையைத் திருமுடியிலே சூடும் நீலகண்டப் பெருமானைப்போல நீ என்றும்

நிலைபெற்று வாழ்வாயாக! நீ எத்தனை அரிய ஈகையைச் செய்தாய்! மலையிலே விளைந்த அரிய நெல்லிக்கனியை, நாம் உண்டால் நல்லதென்று எண்ணாமல் எனக்குக் கொடுத்தாயே! இதனால் உண்டாகும் அரிய பயன் இன்னதென்று எனக்குச் சொல்லாமல் அடக்கி, சாவு நீங்கும்படி எனக்குத் தந்துவிட்டாயே! உன் பெருமையை என்னவென்று சொல்வேன்! வாழ்க, வாழ்க, வாழ்க!" என்று பாடி வாழ்த்தினார்.

"அந்தக் கனியைவிட இந்தப் பாடல் இனிமையாக இருக்கிறது. அதை உண்டால் இந்த நாற்ற உடம்பு ஒருகால் நெடிது வாழலாம்! ஆனால் இந்தப் பாடலைப் பெற்றமையால் என் புகழுடம்பு சாவாமல் வாழும்" என்று மகிழ்ச்சி பொங்கப் பேசினான், அதிகமான் நெடுமான் அஞ்சி.

அதுமுதல் ஔவையார் உள்ளத்தில் ஏறிக்கொண்டான் அதிகமான். அவர்களிடையே இருந்த நட்பு வலிமை பெற்றது. "நான் உங்கள் தம்பி போன்றவன். எனக்குத் தமக்கை யாரும் இல்லை. உங்களையே அவ்வாறு கொள்கிறேன்" என்று பணிந்தான் அதிகமான். ஔவையாரும் உடன்பிறந்தாளை விட மிக்க அன்போடு அவனிடம் பழகலாயினர்.

நீண்ட காலம் வாழச்செய்யும் நெல்லிக்கனியைத் தான் உண்ணாமல் ஔவைக்கு ஈந்தான் அதிகன் என்ற செய்தி தமிழ்நாடு எங்கணும் பரவியது. புலவர்கள் அவனைப் பாராட்டும்போது நெல்லிக்கனி வழங்கிய பெருஞ் செயலைப் போற்றிப் புகழ்ந்தார்கள்.

திருக்கோவலூரில் காரி என்ற வள்ளல் இருந்தான். அவன் முடியுடை மன்னர்களுக்குப் போரில் துணையாகச் சென்று போரிட்டு வெற்றிபெற வைக்கிறவன். அக்காலத்தில் சேர நாட்டை ஆண்டிருந்தவன் பெருஞ்சேரல் இரும்பொறை என்ற சேரன், அவனுக்குக் கொல்லிமலையைத் தன் ஆட்சிக்குள் கொண்டுவர வேண்டும் என்ற அவா இருந்தது. கொல்லிமலையைச் சார்ந்த ஒரு பகுதியை ஓரியென்பவன் ஆண்டுகொண்டிருந்தான். அவன்மேல் போர் தொடுக்க விரும்பிய சேரன், காரியைத் தன் படைக்குத் துணையாக வரும்படி ஆள் விட்டு அழைத்தான். காரி சேரமானைப் போய்ப் பார்த்துப் பேசினான். "ஓரி சிறிய நாட்டுக்குத் தலைவன் அவனோடு போரிட நீங்கள் போகவேண்டியதில்லை. நான் என்னுடன் இருக்கும் வீரர்களுடன் சென்று அவனை வென்று வருகிறேன்" என்றான். பெருஞ்சேரல் இரும்பொறை அப்படியே செய்யலாம் என்று ஒப்புக்கொண்டான்.

உடனே காரி ஓரியின்மேல் போர் தொடுத்தான். அப்போரில் ஓரி உயிர் இழந்தான். அவனுடைய கொல்லிக் கூற்றத்தைக் காரி சேரமானுக்கு வழங்கினான்.

அதிகமானுக்கும் ஓரிக்கும் பழக்கம் இருந்தது. ஒரு காரணமும் இல்லாமல் ஓரியின்மேல் படையெடுத்து அவனைக் கொன்ற காரியினிடம் அதிகமானுக்குக் கோபம் மூண்டது. சேரமானுக்குக் கையாளாக இருந்தே இப்படிக் காரி செய்திருக்கிறான் என்பதை உணர்ந்தபோது அதிகமானுக்குச் சினம் முறுகியது. சேரமானுக்கும் அவனுக்கும் வழிவழியே பகைமை இருந்து வருகிறதல்லவா?

அதிகமான் காரியைத் தொலைக்க வேண்டுமென்று கருதி அவன் வாழ்ந்த திருக்கோவலூரின் மேற் படையெடுத்தான். போர் நிகழ்ந்தது. காரி பெரிய வீரன்; அவனிடம் வீரம் மிக்க பல வீரர்கள் இருந்தார்கள் என்றாலும் அதிகமானுடைய படைவலிமைக்குமுன் காரியின் படை நிற்க முடியவில்லை; தோல்வியையே கண்டது. தான் எதிர்சென்று நின்று போர்செய்தால் அதிகமான் தன்னைக் கொன்றுவிடுவான் என்று அஞ்சிய காரி போர்க்களத்திலிருந்து ஓடிவிட்டான். நேரே வஞ்சிமா நகர் சென்று தனக்கு நேர்ந்த கதியைச் சொன்னான்.

பெருஞ்சேரலிரும்பொறை காரிக்கு ஆறுதல் கூறினான். “இதுவும் நல்லதாகப் போயிற்று. அதிகமானைப் பூண்டோடு அழிக்க நல்ல சந்தர்ப்பம் கிடைத்திருக்கிறது. அவனை அழித்து உனக்கு மீட்டும் திருக்கோவலூரை உரிமையாக்குகிறேன்” என்றான் சேரமான். அன்று முதலே போருக்கு வேண்டிய ஆயத்தங்களைச் செய்யத் தொடங்கினான். காரியும் தன்னுடன் ஓடிவந்த வீரர்களைத் தொகுத்து ஒரு சிறிய படையாக அமைத்துக் கொண்டான். தக்க படைப்பலம் இருக்கிறது என்ற நம்பிக்கை தோன்றியவுடன் போர் முரசு கொட்டினான் சேரன்.

அதிகமான் அதற்கு அஞ்சவில்லை. சிங்கக்குட்டியைப் போலத் துள்ளிக் குதித்தான். அவனுடைய கோட்டை மிகவும் வலிமையுள்ளது. பகைவர்களால் அழிப்பதற்கரியது. கோட்டைக்குள்ளிருந்து புறத்தே செல்வதற்கு இரகசியமான சுரங்க வழி ஒன்று இருந்தது. பகைவர்கள் நெருங்கும்போது அதன் வழியே யாரும் அறியாமல் வெளியிலே சென்றுவிடலாம்.

அதிகமான் வெளியே வந்து போர் செய்வதை விரும்பவில்லை. கோட்டையைத் தக்கபடி பாதுகாத்து வாயில்களை இறுக மூடி உள்ளே இருந்தாலே போதும் என்று எண்ணினான். கோட்டைக்

குள்ளே புக இயலாமல் சலித்துப்போய்ப் பகைவர்கள் போய்விடுவார்கள் என்று அவன் எதிர்பார்த்தான்.

சேரன் படை அதிகமான் கோட்டையை முற்றுகையிட்டது. அதிகமான் வெளியே வரவில்லை; கோட்டையை மூடிவிட்டு உள்ளே இருந்தான். சில நாட்கள் சென்றன. உள்ளே இருப்பவர்களுக்கு உணவு குறைந்துவிட்டால் தானே கோட்டைக் கதவுகளைத் திறந்து வெளியே வந்துவிடுவான் என்று சேரமான் எதிர்பார்த்தான்.

அதிகமானோ கோட்டைக்குள் இருந்த சுருங்கை வழியாகச் சிலரை அனுப்பி உணவுப் பண்டங்களைக் கொண்டுவரச் செய்தான். அதனால் எத்தனை காலமானாலும் உணவுக் குறை இன்றிக் கோட்டைக்குள் அதிகமானும் அவனைச் சேர்ந்தவர்களும் இருக்க முடியும். இந்த இரகசியம் சேரமானுக்குத் தெரியாது. இவ்வளவு காலத்துக்கு வேண்டிய உணவுப்பொருள்களை எப்படி அவன் இந்தக் கோட்டைக்குள் சேமித்து வைத்திருக்கிறான்! என்றே வியப்படைந்தான்.

அதிகமானுடைய ஊழ்வினை பொல்லாததாக இருந்தது. அவன் அரண்மனை அந்தப்புரத்தில் துணி வெளுத்துவந்த ஒரு வண்ணாத்திப் பெண்ணுக்கு அரண்மனையைச் சேர்ந்த யாரோ தீங்கு இழைக்க முற்பட்டார்கள். அதை அவள் அதிகமானிடம் முறையிட்டுக்கொண்டாள். அவன் அவள் முறையீட்டைக் காதில் வாங்கிக்கொள்ளவில்லை. அதனால் அவளுக்கு அதிகமானிடம் வெறுப்பு உண்டாயிற்று. அவளுக்கு அரண்மனை இரகசியம் எல்லாம் தெரியும். அந்தப்பெண் இப்போது கோட்டைக்கு வெளியே ஊருக்குள் இருந்தாள். அதிகமானிடம் இருந்த வெறுப்பு இப்போது வேலை செய்யத் தொடங்கியது. அவள் சேரமான் படைத்தலைவன் ஒருவனிடம் சுரங்க வழியைப்பற்றிச் சொன்னாள்.

அதனைத் தெரிந்துகொண்ட அவன் முதல் வேலையாக அந்த வழியை அடைத்துவிட்டான். அதிகமான் குகையுள் அகப்பட்ட சிங்கம்போல ஆயினான். வேறு வழியில்லாமல் கோட்டைக் கதவுகளைத் திறந்து கொண்டு வெளியிலே போர்க்களத்தில் குதிக்க வேண்டிய நிலை அவனுக்கு ஏற்பட்டது. போர் கடுமையாக மூண்டது. வைரமேறிய தோளும் உரமேறிய உடம்பும் உறுதியேறிய உள்ளமும் படைத்தவர்கள் அதிகமானுடைய படைவீரர்கள். அவர்களை எளிதில் அடக்க முடியும் என்றிருந்தான் சேரமான். அது நடவாது என்பதை இப்போது உணர்ந்து கொண்டான்.

தன் படைத் தலைவர்களுக்கு ஊக்கமூட்டினான் பெருஞ் சேரலிரும்பொறை. யானையும் யானையும் மோதின. குதிரையும்

குதிரையும் பொருதன. வில்லிலிருந்து அம்புகள் சோனாமாரியாகப் பொழிந்தன. வாளைப் பலர் வீசினர்; வேலை ஓச்சினர். யாருக்கு வெற்றி, யாருக்குத் தோல்வி என்று தெளிய முடியாமல் பல நாட்கள் போர் நிகழ்ந்தது. கடைசியில் அளவிலே மிகுதியாக இருந்த சேரன்படை முன்னேறியது. காரி மானத்துடன் போர் புரிந்தான். இறுதியில் அதிகமான் படை தோற்றது. ஒரு வீரன் எறிந்த வேல் மார்பிலே பாய அதிகமான் வீழ்ந்தான். அவன் வீழ்ச்சியைக் கண்டு சேரன் படையினர் ஆரவாரித்தார்கள். பெருஞ்சேரல் இரும்பொறை, போர்க்களத்தில் மாண்டு கிடந்த அதிகமானைக் கண்டான். அவன் நெஞ்சு நடுங்கியது. அதிகமான் புகழைப் புலவர்கள் பாடிய பாடல்களினால் உணர்ந்தவனாதலின் அவனுக்கே அவன் உயிரற்ற உடலைப் பார்க்கப் பொறுக்கவில்லை.

புலவர்கள் பாட்டால் அழுது புலம்பினார்கள். அதிகமானை எரித்து அங்கே நடுகல்லை நட்டு வீரர்கள் வழிபட்டார்கள். அந்த நடுகல்லைத் தெய்வமாகப் பின்வந்தவர்கள் கும்பிட்டு வணங்கினார்கள்.

ஈகையினாலும் வீரத்தாலும் சிறந்து நின்ற அதிகமான் இன்றும் பழம் பாடல்களில் மாயாமல் நிலைத்து நிற்கிறான்.

✱

காரி

அதிகமான் வரலாற்றிலே வந்த காரியும் ஏழு வள்ளல்களில் ஒருவன். அவன் முழுப் பெயர் மலையமான் திருமுடிக் காரி என்பது, மலையமான் என்பது அவன் குடிப்பெயர். திருக்கோவலூரே அவனுடைய தலைநகர். அதை நடுவிலே பெற்ற நாட்டைப் பல காலமாக ஆண்டு வந்தவர்கள் மலையமான்கள் என்னும் வீரக் குடியினர். அவர்கள் ஆண்ட நாடாதலின் அதற்கு மலையமான் நாடு என்ற பெயர் வந்தது. அது நாளடைவில் மாறி மலாடு என்று வழங்கலாயிற்று.

காரி ஈகையிற் சிறந்தவன்; வீரத்தில் இணையற்றவன். அவனிடத் தில் ஒரு பெரிய படை இருந்தது. தெரிந்தெடுத்த அடலேறு போன்ற வீரர்கள் அடங்கிய படை அது. அந்தப் படைப்பலத்தினால் அவனைக் கண்டால் யாரும் அஞ்சி நடுங்குவார்கள். இரு பெரு மன்னர்களுக்குள் போர் மூண்டால் அவரில் ஒரு மன்னன் மலையமான் திருமுடிக் காரியை அணுகுவான். தனக்குத் துணையாக வரவேண்டுமென்று சொல்வான். காரி தன் படையுடன் சென்று போரிலே ஈடுபடுவான். பிறகு வெற்றி யாருக்கு என்பதைப் பற்றி ஐயமே இல்லை. அவன் எந்தக் கட்சியில் சேர்ந்தானோ அதற்குத்தான் வெற்றி.

அவனிடம் கரிய நிறம் பொருந்திய குதிரை ஒன்று இருந்தது; காரியென்பதே அதற்கும் பெயர். அது மலையமானுடைய உள்ளம் போலப் பாயும் இயல்புடையது.

சோழனுக்கோ, பாண்டியனுக்கோ, சேரனுக்கோ துணையாகச் சென்று போரிடுவான் காரி. போர்முடிவில் வென்ற மன்னன் அவனுக்குப் பல பல பரிசில்களைத் தருவான். பொன்னும் மணியும் அளிப்பான்; ஊர் அளிப்பான்; நாடு அளிப்பான். வண்டி வண்டி யாகத் தான் பெற்ற பண்டங்களை ஏற்றிக்கொண்டு வருவான் காரி. யானைகளும் குதிரைகளும் தேர்களும் அவனுக்குப் பரிசிலாக வரும்.

சில நாட்களில் அத்தனையையும் காரி வாரி வீசுவான். புலவர் களைக் கண்டால் அவனுக்குப் பேரன்பு. அவர்களுக்குக் காதிற் கடுக்கன் போட்டுப் பார்ப்பான். தேரைக் கொடுத்து ஏறச் செய்து கண் குளிரக் கண்டு பெருமகிழ்ச்சி அடைவான். இதனால் அவனுக்குத் தேர் வழங்கும் பெரு வள்ளல் என்ற பெயர் வந்துவிட்டது. "தேர்வண் மலையன்" என்று புலவர்கள் பாடினார்கள்.

'பெரும் போரில் வீரத்தைக் காட்டிப் போராடிப் பெற்ற பொருளாயிற்றே! பல காலம் வைத்துக் கொண்டு வாழலாம்' என்று அவன் நினைப்பதில்லை. தோள் உள்ள அளவும் துயர் இல்லை, வாள் உள்ள அளவும் வறுமை இல்லை என்று, வந்தவற்றையெல்லாம் வாரி வாரி வழங்கினான்.

புலவர் பெருமான் கபிலர் அவனுடைய இயல்பைக் கேள்வி யுற்றார். அவனைப் பார்க்கவேண்டும் என்ற ஆவல் உண்டாயிற்று. பெற்ற பொருள்களின்மேல் பற்றில்லாமல் வழங்கும் அதிசயத்தைத் தம் கண்ணாலே பார்க்க வேண்டுமென்று வந்தார்; கண்ணாரக் கண்டு வியந்தார்.

அவனுடைய ஈகையை ஒரு பாட்டில் அழகாகப் பாடினார். "கழலைப் புனைந்த அடியை யுடைய காரியே, உன்னுடைய நாடு கடற்கரையில் இருப்பதன்று; உள் நாட்டில் இருப்பது. அதனால் அதைக் கடல் கொள்ளாது; பகைவர்களும் கொள்ள அஞ்சுவார்கள். அத்தகைய நாட்டை நீ வேள்வி செய்து நாட்டுக்கு நலம் புரியும் அந்தணருக்குக் கொடுத்துவிட்டு நிற்கிறாய். முடியுடை மன்னர் மூவருள் யாராவது ஒருவன் வந்து உன்னைத் துணையாக அழைத்துச் சென்று அளவற்ற உணவுப் பண்டங்களை வழங்குகிறான். அவற்றைப் பெற்றுக்கொண்டு இங்கே வந்த மறுநாளே, உன் புகழையும் உன் குடிப்புகழையும் சொல்லிக்கொண்டு வரும் புலவருக்கும் பாணருக்கும் அவற்றைக் கொடுத்து விடுகிறாய். எல்லாவற்றையும் கொடுத்துவிட்டு வெறுங்கையோடு நிற்கிறாய். உன்னுடையது என்று சொல்வதற்கு என்ன இருக்கிறது? ஒன்றை வேண்டுமானால் சொல்லலாம். கற்புடைய உன் மனைவியின் தோள் ஒன்றுதான் உனக்கு உரிமையாக இருக்கிறது. இந்த நிலையில் நீ எவ்வளவு உள்ளச் செருக்கோடு இருக்கிறாய்" என்ற கருத்தோடு ஓர் அரிய பாடலைப் பாடினார்.

காரியினிடம் பல புலவர்கள் வந்தார்கள். நன்றாகப் படித்த புலவர்களும் வந்தார்கள்; அரைகுறைப் படிப்பாளிகளும் வந்தார்கள். எல்லோருக்கும் கையிலே கிடைத்ததை வாரி வீசினான் அந்த வள்ளல். இதைக் கபிலர் கவனித்தார். அவனுடைய கொடையை அவர் பாராட்டினாலும், தரம் அறியாமல் அவன் வழங்குவதை

அவர் விரும்பவில்லை. புலவர்களுக்குத் தரமறிந்து பாராட்டுபவர்களிடத்தான் அன்பு அதிகமாக இருக்கும். தரம் அறிதலை வரிசை யறிதல் என்று சொல்வார்கள். இந்த உண்மையை மலையமானுக்கு அறிவுறுத்த வேண்டுமென்று கபிலர் கருதினார். ஒருநாள் அதற்காக ஒரு பாட்டைப் பாடினார்.

"பெருந்தலைவனே, ஓரிடத்தில் இருக்கும் ஒரு வள்ளலை நோக்கி நாலு திசையிலிருந்தும் கலைஞர்கள் வருவார்கள். அவர்களின் தரத்தை அறிவதுதான் அரிய காரியம்; கொடுப்பது எளிது. கொடுப்பதற்குப் பொருள் இருந்தால் போதும்; வரிசையறிவதற்கோ தனித் திறமை வேண்டும். இதை நன்றாக நீ தெரிந்துகொள்ள வேண்டும். இனி, புலவர்களையெல்லாம் ஒரே நிறையாகப் பார்ப்பதை விட்டு விடு" என்று அறிவுறுத்தினார்.

அவனுடைய வீரத்தையும் அவர் பாராட்டினார். "உலகில் துணையாக வந்தவனை அவனால் வெற்றி பெற்றவன் புகழ்வதுதான் இயல்பு. உன் திறத்தில் அப்படி அன்று, வெற்றி பெற்றவனைப் போய்க் கேட்டால், 'நானா வென்றேன்? எல்லாம் காரி தந்த வெற்றி என்று சொல்வான். தோற்றவனிடம் போனாலோ, அந்தக் கட்சியில் மலையமான் சேர்ந்திருந்தான். அவன் மாத்திரம் அங்கே இராமல் இருந்தால் நான் எனிதில் வெற்றி அடைந்திருப்பேன்' என்று கூறுவான். இப்படி, வென்றவனும் தோற்றவனும் உன் புகழையே சொல்லும்படி இணையில்லாத வீரனாக நிற்கிறாய் நீ" என்று புகழ்ந்தார்.

இவ்வாறு கொடையிலும் வீரத்திலும் சிறந்து வாழ்ந்திருந்த காரி சேரமானாகிய பெருஞ்சேரலிரும்பொறைக்காக ஓரியைக் கொல்லும்படி நேர்ந்தது. அதனால் அதிகமான் திருக்கோவலூரின் மீது படையெடுத்தான். அவனை எதிர்த்து நிற்க முடியவில்லை காரிக்கு. ஓரியோடு பொருதமையால் வீரர்கள் இளைப்புற்றிருந்தனர். அந்தச் சமயம் பார்த்து அதிகமான் போர் செய்யப் புகுந்தமையால் இயல்பான மிடுக்குடன் போர் செய்ய இயலவில்லை.

அப்போரில் தோல்வியுற்ற காரி சேரமான் பெருஞ்சேரலிரும் பொறையை அடைந்தான். அவன் அதிகமானோடு போர் தொடங் கினான். அப் போரில் காரி என்னும் தன் குதிரையின்மேல் ஏறி ஒரு பெரும் படைக்குத் தலைமை தாங்கினான் திருமுடிக்காரி. அவனுடைய வீரம் தகடூர்ப் போரில் நன்றாக வெளியாயிற்று. சேரமான் அந்தப் போரில் வென்றான். காரிக்கு அவனுடைய திருக் கோவலூரைத் தந்ததோடு வேறு பல பரிசில்களையும் வழங்கினான்.

மூன்று முடிமன்னர்களும் ஒரு சமயம் தம்முட் சண்டையின்றிச் சேர்ந்திருக்கும் நிலை வந்தது. அப்போது மூவரும் மலையமானுடைய பெருமையைப் பேச நேர்ந்தது. மூவரும் தனித்தனியே அவனைப் பாராட்டினார்கள். "இத்தகைய பெருவீரனுக்கு நாம் மூவரும் சேர்ந்து ஒரு சிறப்பைச் செய்யவேண்டும்" என்று முடிவு செய்தார்கள். முடியையணியும் உரிமை சேர சோழ பாண்டியர்களுக்கே இருந்தது. சில பெரும் புலவர்கள் முடியணியும் சிறப்புடையவர்களாக இருந்தார்கள். அவ்வாறே மலையமானுக்கும் முடி சூட்டி அதையணியும் உரிமையை வழங்கலாம் என்று தீர்மானித்தார்கள். ஒரு பெரு விழா நடத்தி அவனுக்கு முடி அணிந்தார்கள். அதற்குமுன் மலையமான் காரி என்ற பெயரே இருந்தது. இந்தச் சிறப்பு நிகழ்ச்சிக்குப் பின் அவனுக்கு மலையமான் திருமுடிக் காரி என்ற பெயர் நிலவியது.

✳

ஓரி

கொல்லிமலையைச் சார்ந்த நாட்டை ஆண்ட ஓரியைப் பற்றி முன்பே ஓரளவு அறிந்திருக்கிறோம் அல்லவா? அவன் வள்ளன்மையும் வீரமும் உடையவன். அவனை ஆதன் ஓரியென்றும் சொல்வார்கள். வல்வில் ஓரி என்று அவனுக்கு ஒரு பெயர் வந்தது. ஓர் இலக்கை எய்தால் அந்த அம்பு பல பொருள்களைத் துளைத்துக் கொண்டு செல்லும்படி எய்வது அந்த வில்லாளியின் விரலைக் காட்டும். அவ்வாறு அம்பை எய்யும் வில்லை வல்வில் என்பர். இராமன் தாடகையின் மேல் எய்த அம்பு அவள் மார்பைத் துளைத்து மலையைத் துளைத்துப் பின்பு மரத்தைத் துளைத்து அப்பால் மண்ணுக்குள் சென்றது. அதனால் இராமனை வல்வில் இராமன் என்று சொல்வதுண்டு. அவ்வண்ணமே ஓரியும் அம்பு விடும் திறமையுடையவன். அவனுடைய வல்வில்லின் பெருமையை வன்பரணர் என்ற புலவர் பாடியிருக்கிறார். அந்தப் பாடலை, மலைச்சாரலில் ஓரி வேட்டையாடுவதைக் கண்ட பாணன் ஒருவன் சொல்லும் முறையிலே அமைத்திருக்கிறார்.

அந்தப் பாணன் தன் மனைவியாகிய விறலியோடும் பலவகை இசைக்கருவிகளை வாசிக்கும் சுற்றத்தோடும் தனக்கு உதவிபுரியும் கொடையாளிகளை நாடிப் போய்க்கொண்டிருந்தானாம். அப்போது அங்கே ஒரு வீரனைக் கண்டான். வீரன் மிகவும் வியக்கத்தக்க வேட்டையை ஆடிக்கொண்டிருந்தான்.

அவன் தன் வில்லை வளைத்து ஒரு யானையின்மேல் அம்பை எய்தான். மற்றவர்கள் எய்திருந்தால் அந்த யானையைப் புண்படுத்தி அதன் உடலிலே தங்கியிருக்கும். ஆனால் இந்த வீரன் எய்த அம்போ அந்த யானையைக் கீழே வீழ்த்தியது. அந்த யானைக்குப் பின்னாலே அதன்மேல் பாய்வதற்காக ஒரு புலி ஆவென்று வாயைத் திறந்து கொண்டு நின்றது. அம்பு புலியின் வாய்க்குள்ளே சென்று அதையும் மாய்த்து அதன் உடம்பையும் துளைத்துப் புறப்பட்டது. அங்கே நின்றிருந்த ஒரு கலைமானை ஊடுருவி அதை உருட்டியது. பிறகு உரல் போன்ற தலையையுடைய காட்டுப் பன்றி ஒன்றின் உயிரை வாங்கியது. அதற்கு அப்பால் இருந்த புற்றுக்குள்ளே நுழைந்து

அங்கிருந்த உடும்பைத் தொலைத்தது. இந்த வல்வில் வேட்டையைப் பார்த்துப் பாணனும் பிறரும் வியப்பில் ஆழ்ந்தனர்.

"இத்தனை விலங்குகளையும் ஒரேயடியாகக் கொல்லும் இவ் வீரன் யாரோ தெரியவில்லையே! இவன் கூலிக்குவேட்டை ஆடுபவனாகத் தோன்றவில்லை. உருவத் தோற்றத்தைப் பார்த்தால் நல்ல செல்வனென்றே தோன்றுகிறது. மார்பிலே முத்து மாலை வேறு இருக்கிறது. இவன்தான் கொல்லிமலைத் தலைவனாகிய ஓரியோ!" என்று சிறிதே அந்தப் பாணன் சிந்தனை செய்தான்.

மற்றவர்களை அழைத்து, "நான் பாடுகிறேன்; நீங்களெல்லாம் இசைக் கருவிகளை வாசியுங்கள்" என்றான். அந்த இடத்தில் ஓர் அரிய பாடலரங்கு நிகழ்ந்தது. யாழை ஒருவன் வாசித்தான். முழவை ஒருவன் அடித்தான். பெரிய குழலை ஒருவன் ஊதினான். மற்றவர்கள் வேறு கருவிகளை வாசித்தார்கள். எல்லோருக்கும் தலைவனாக நின்று பாணன் பாடினான்; ஓரியின் பெயர் வரும் பாடலை இன்னி சையுடன் பாடினான். தன் பெயராதலால் அதைக்கேட்டு ஓரி நாணி னான். "நாங்கள் எவ்வளவோ நாடுகளையெல்லாம் பார்த்துக்கொண்டு வருகிறோம். உன்னைப் போலத் திறமையையுடைய வேட்டுவன் எங்கும் இல்லை" என்று புகழ்ந்தான் பாணன். அதிகமாகப் புகழ இடம் கொடுக்காமல், தான் வேட்டையாடிய விலங்கின் ஊனைத் தந்து நிறைய தேனையும் வழங்கினான் ஓரி. அவனே ஓரியென்பதை அறிந்துகொண்டான் பாணன். அந்தப் பாணன் நிகழ்ந்ததையெல்லாம் சொல்வதுபோலப் பாடலை அமைத்திருந்தார் வன்பரணர்.

ஓரியினிடம் வரும் இசைவாணர்கள் அவன் உள்ளத்தைத் தம் இசையால் கொள்ளைகொண்டனர். அவர்களுக்கு யானைகளைப் பரிசிலாகக் கொடுத்தான். வெள்ளி நாரிலே நீலமணியினால் செய்த குவளை மலர்களைத் தொடுத்து அவர்களுக்கு வழங்கினான். பொற்பூ முதலிய பிற அணிகலன்களையும் அளித்தான்.

இசைப் புலவர்கள் அவனை நாடி வந்தால், "நீங்கள் பாடுங்கள்" என்று அவன் சொல்வதில்லை. அவர்களுக்கு அறுசுவை உண்டியை வயிறு நிரம்ப அளிப்பான். உறங்க மெத்தென்ற படுக்கையைக் கொடுப்பான். யாதொரு குறையுமின்றி அரசகுமாரர்களைப் போல அவர்கள் இன்பம் துய்ப்பார்கள். அவர்களாக மகிழ்ந்து பாடினால் அதைக் கேட்டு மகிழ்வான். "குயிலைப் பாடு என்று சொல்லிக் கேட்க முடியுமா? இளவேனில் வந்தால் மாஞ்சோலையில் அது மாந்தளிரைக் கோதி இன்புற்றுப் பாடும்போது எவ்வளவு இனிமை யாக இருக்கிறது! அப்படி இசைவாணர்கள் மனம் குளிர்ந்து

தாமாகவே பாடும்போது வருவதுதான் இனிய பாட்டு. அதைக் கேட்பதற்கு எவ்வளவு காலமாயினும் காத்திருக்கலாம்" என்பான்.

வந்த பாணர்கள் பல காலம் வறுமையிலே வாடினவர்களாதலின் இங்கே கிடைக்கும் விருந்துணவை ஆவல் தீர உண்பார்கள்; அளவுக்கு மிஞ்சி உண்பார்கள். அதனால் உண்டான களைப்பை ஆற்றிக்கொள்வார்கள்; உறங்குவார்கள். இப்படி உண்பதும் உறங்குவதுமாகப் பொழுது கழியுமே யொழியப் பாடுவதோ ஆடுவதோ அவர்களிடம் எதிர்பார்க்க முடியாது. இந்த நிலையை வன்பரணர் எடுத்துக் கூறினார்.

இப்படிக் கொடையாளியாக வாழ்ந்த ஓரியின் கொல்லிக் கூற்றத்தின் மேல் கண்வைத்தான் சேரமான். அதனை அறிந்து காரி படையெடுத்து வந்தான். ஓரியென்னும் தன் குதிரையில் ஏறிப் போராடினான் ஓரி. போர் செய்வதையே தம் வாழ்க்கைத் தொழிலாகவுடைய காரியின் படைவீரர்களின் முன் ஓரியின் படை நிற்க முடியவில்லை. காரியின் வாளுக்கு அவன் இரையானான். கொல்லிக் கூற்றத்து மக்கள் அவனுடைய அருங்குணங்களில் ஈடுபட்டவர்களாதலின் அவன் இறந்ததற்காக மிகவும் வருந்தினார்கள். வெற்றி பெற்ற காரி அந்த நாட்டின் தலைநகர் வழியே சென்றபோது ஊரில் இருந்த மக்களெல்லாம் அவனை எள்ளி இரைத்தனர். இதைப் பரணர் என்ற புலவர் ஒரு பாட்டில் சொல்லியிருக்கிறார். ஓரி போர்க்களத்தில் வீழ்ந்தாலும் ஏழு வள்ளல்களில் ஒருவனாக இலக்கியங்களில் வீழாமல் நிற்கிறான்.

✸

ஆய்

பொதிகைமலை தமிழ்நாட்டுக்குச் சிறப்பைத் தருவது. தென்றல் அங்கிருந்து வீசுகிறது. சந்தனம் அதில் விளைகிறது. அதனைச் சார்ந்து சார்ந்து திருக்குற்றாலம், பாவநாசம் என்னும் அழகிய இடங்கள் இருக்கின்றன. அங்கே ஆய்குடி என்பது ஓரூர். அதை ஆய்க்குடி என்று இப்போது சொல்கிறார்கள். ஆய் என்ற வள்ளல் வாழ்ந்திருந்த இடம் அது. ஆய் அண்டிரன் என்றும் அவனைப் புலவர் பாடியிருக்கிறார்கள்.

அவனுடைய ஆட்சிக்குட்பட்டது பொதிய மலை. அக் காலத்தில் அம் மலையில் யானைகள் மிகுதியாக இருந்தன. ஆதலின் ஆய் பல யானைகளைப் பிடித்து வந்து பழக்கினான். ஆண் யானைகளைப் போருக்கு ஏற்றபடியும், பெண் யானைகளை வாகன மாகப் பயன்படுத்துவதற்கு ஏற்ற வகையிலும் பழக்கச் செய்தான். அவனுடைய ஆனைப் பந்தியில் நூறு யானைகளுக்குக் குறைவாக என்றும் இருந்ததில்லை.

அவனிடம் அடிக்கடி பாணர்களும் புலவர்களும் வருவார்கள். அவர்களுக்கு மற்றவர்கள் கொடுப்பது போலப் பொன்னும் மணியும் கொடுப்பான்; அவற்றோடு யானையையும் பரிசிலாக வழங்குவான். யானைப் பரிசில் தருபவன் என்று அவனைத் தமிழ் மக்கள் குறிப்பிடு வார்கள்.

அக்காலத்தில் உறையூரில் மோசியார் என்ற புலவர் வாழ்ந்து வந்தார். அந்நகரில் ஊரையெல்லாம் காணும் வகையில் ஓர் உயர்ந்த கட்டிடம் இருந்தது. அதற்கு ஊர் காண் ஏணி என்று பெயர். அந்த ஏணியிருந்த தெருவுக்கு ஏணிச்சேரி என்ற பெயர் அமைந்தது. அவ் விடத்தில் இருந்தமையால் அப்புலவரை ஏணிச்சேரி முடமோசியார் என்று அடையாளத்தோடு சொன்னார்கள். அவர் முடவர்; அதையும் அந்தப் பெயர் குறிப்பித்தது. முடவராக இருந்தாலும் தமிழ்ப்புலமையில் அவர் நிரம்பியிருந்தார். அவருடைய உறுப்புக் குறைவு காரணமாக யாரும் அவரை அவமதிப்பதில்லை. அக்காலத்தில் தமிழ்மக்கள் யாரையும் உறுப்புக்குறைவுக்காக இழிவுபடுத்திச் சொல்வது இல்லை.

இயற்கையாக அமைந்த குறையைக் குறையாகவே கருதுவது இல்லை. குணத்தினால் குறைவிருந்தால் அதைத்தான் இழிவாக எண்ணுவார் கள். உறுப்புக்குறை உள்ள புலவர்களை அந்த அடையாளத்தோடு பெயர் வைத்து வழங்கியதனாலே, இந்த இயல்பு தெரிகிறது. இழிவாகக் கருதினால் அப்படி வழங்குவார்களா?

ஏணிச்சேரி முடமோசியார் ஆய்குடிக்கு ஒருமுறை சென்றிருந் தார். ஆய் அவரிடம் பேரன்பு பாராட்டினான்: அவருடைய அறிவுச் சிறப்பையும் கவிபாடும் ஆற்றலையும் அறிந்து வியந்தான்; மகிழ்ந் தான். இருவரிடையேயும் நெருங்கிய கேண்மை உண்டாயிற்று, மோசியார் அங்கே தங்கினார். இன்றியமையாத காலங்களில் உறை யூருக்கு வருவார்: சில நாட்கள் இருந்து மறுபடியும் ஆய்குடிக்குச் செல்வார்.

வண்டு மலரில் புகுந்துவிட்டால் இன்னிசை எழுப்பிக்கொண்டே இருக்கும். அப்படியே வள்ளலை அணுகி வாழ்ந்த மோசியாரிடம் பாடல்கள் பல எழுந்தன. அவனுடைய பண்புகளை அறிந்து நயமாக விளக்கிப் பாடினார். ஒரு பாட்டில், "வடக்கே இமயம் இருக்கிறது. அதனோடு ஒந்த பெருமை உடையதாகத் தெற்கே ஆய்குடி இருக் கிறது. அது இல்லையானால் இந்த உலகம் பிறழ்ந்துவிடும்" என்று பாடினார்.

ஒருநாள் அவரைத் தன் தேரில் அழைத்துச் சென்றான் ஆய். காட்டு வழியே அந்தத் தேர் சென்றது. அங்கே பழக்கப்பட்ட பல யானைகள் இருந்தன. அவற்றைப் பார்த்த புலவர் ஒரு பாட்டைப் பாடினார். "இந்தக் காட்டில் இத்தனை களிறுகள் இருக்கின்றனவே! இந்தக் காடு, மேகக் கூட்டங்கள் தங்கும் மலையையும் சுரபுன்னை மலரால் தொடுத்த கண்ணியையும் உடைய ஆய் அண்டிரனுடைய குன்றத்தைப் பாடிற்றோ?" என்று பாடினார். அவனுடைய யானைக் கொடையையே அப் பாடலில் சிறப்பித்தார்.

ஒருநாள் சில அன்பர்களுடன் தனியே பேசிக் கொண்டிருந்தார் மோசியார். அப்போது ஆயினுடைய ஈகைச் சிறப்பைப் பற்றிய பேச்சு வந்தது. "பொருளைச் சேமித்து வைப்பதனால் பயன் என்ன? அது எப்படியும் அழிந்து போவது. அதை அறிந்து தன்னிடம் வருபவர்களுக்கு வாரி வழங்குகிறான் ஆய்" என்றார் ஒருவர். "இந்த உலக வாழ்வு ஒன்றையே எண்ணித் தமக்கு வேண்டிய இன்பங்களைத் துய்த்து வாழும் செல்வர்கள் பலர் இருக்கிறார்கள். பிறருக்கு ஒன்றையும் அவர்கள் ஈவதில்லை. ஆய் இங்கே நன்கு வாழ்வதோடு மறுமையிலும் நல்ல இன்பம் கிடைக்க வேண்டுமென்று அறம்

செய்கிறான்; வருங்கால வாழ்வை நினைக்கும் அறிவாளன் அவன்" என்று வேறு ஒருவர் கூறினார்.

அருகில் இருந்த மோசியார் உடனே, "நீங்கள் சொன்ன இரண்டு கருத்தும் பிழை" என்றார்.

"என்ன அப்படிச் சொல்கிறீர்கள்?" என்று இருவரும் கேட்டார்கள்.

"இது செய்தால் இது கிடைக்கும் என்று எதிர்பார்த்து ஒன்றைச் செய்தால் அது வாணிகத்தைப் போல ஆகிவிடும். இம்மையிலே செய்வது மறுமைக்கு வந்து உதவும் என்று, தான் செய்யும் அறத்துக்குப் பயனை எதிர்நோக்கும் அறவிலை வாணிகன் அல்லன் ஆய். சான்றோர்கள் போன வழி இது என்ற ஒரே நினைவோடு இந்த வள்ளன்மையை மேற்கொண்டிருக்கிறான்" என்று விடை கூறினார் புலவர். பிறகு அந்தக் கருத்தையே பாடலாகப் பாடினார்.

ஆய் அண்டிரனுடைய நாடு வளம் படைத்த நாடு. கொங்கு நாட்டில் இருந்த சில வேளிர் அந்நாட்டின் ஒரு பகுதியையாவது தங்கள் உரிமையாக்கிக் கொள்ள வேண்டுமென்று எண்ணினர். அவர்களிடம் வேற்படையை உடைய வீரர் பலர் இருந்தனர். அவர்களோடு ஒருமுறை சேரநாட்டு வழியே வந்து படையெடுத்தனர். சேர மன்னன் அவர்களுக்கு இணக்கமாக இருந்தான்.

அண்டிரன் அஞ்சவில்லை. அவனிடம் யானைப் படை பெரிதாக இருந்தது. யானையை வேலால் கொல்வது எளிது. வேற்படை கொங்கர்களிடம் சிறப்புடையதாக இருந்தது. யானைப் படைக்கு எதிர் வேல் வீரர் படை என்பதை உணர்ந்தே அவர்கள் படையெடுத்து வந்தார்கள். ஆய் அண்டிரன் தக்க படை வகுப்புடன் எதிர்த்தான். கடும் போராகத் தோன்றிய அது பிறகு எளிய போராகிவிட்டது. வேலை ஓச்ச முடியாமல் அதனைப் பிடித்த வீரர்களை ஆயின் படை வீரர்கள் கொன்றனர். எதிர் நிற்க மாட்டாமல் புறங்கொடுக்கத் தொடங்கினர் கொங்கர். ஆய் அவர்களை விடாமல் துரத்தினான். மேற்குக் கடற்கரை வரைக்கும் அவர்களை விரட்டி அடித்தான். இறுமாந்து ஆரவாரம் செய்துவந்த வேல் பிடித்த வீரர்கள் யாவரும் அப்படியப்படியே போர்க்களத்தில் வேல்களைப் போட்டுவிட்டு ஓடிவிட்டார்கள். அந்த வேல்களையெல்லாம் பொறுக்கித் தன் ஊரில் ஓரிடத்தில் குவிக்கச் செய்திருந்தான் ஆய்; அவை மலைபோலக் குவிந்திருந்தன.

இந்த வீரச் செயலையும் ஆயின் கொடையையும் இணைத்து ஒரு பாட்டுப் பாடினார், மோசியார். "மணிகளைப் பதித்த அணிகலன்களை அணிந்த ஆய் வள்ளலே, வருகிறவர்களுக்கெல்லாம் யானை

களை அளிக்கிறாயே! இப்படிக் கொடுத்துக்கொண்டே இருந்தால் இங்கே யானைக்குப் பஞ்சம் வந்துவிடாதோ? அல்லது உன் நாட்டில் மட்டும் ஒரு பெண் யானை கருவுற்றால் ஓர் ஈற்றுக்குப்பத்துக் கன்றுகளைப் போடுமோ! வருகிற புலவர்களுக்கும் பாணர்களுக்கும் இனிய முகத்தோடு நீ வழங்குகிற யானைகளைக் கணக்குப்பண்ண முடியுமா? நீ கொங்கர்களை வென்று மேல் கடலுக்கு ஓட்டினபோது அவர்கள் களத்திலே போட்டுச் சென்ற வேல்களைத்தான் எண்ண முடியாதென்று நினைத்தேன். அவற்றையாவது எண்ணிவிடலாம். என்று தோன்றுகிறது. நீ கொடுக்கும் யானையைக் கணக்குப்பண்ண முடியாது போல் இருக்கிறதே!" என்று சுவைபடப் பாடினார்.

ஒரு சமயம் யாரோ முனிவர் ஆயினிடம் வந்தார். அவர் ஒரு நீல ஆடையை ஆயினிடம் கொடுத்து, "இது மிகவும் புனிதமானது; கடவுள் தன்மையை உடையது. இதை வைத்திருப்பவர்களுக்கு எல்லா வளங்களும் நிறைய உண்டாகும்" என்று சொன்னார். "தங்களுக்கு எங்கே கிடைத்தது?" என்று கேட்டான் வள்ளல்.

"நான் காட்டில் தவம் செய்துகொண்டிருந்தேன். அப்போது இரண்டு நாகங்கள் அங்கே சேர்ந்திருந்தன. அவற்றின் மேல் இந்த நீல ஆடை இருந்தது. சிறிது நேரத்தில் அவை போய்விட்டன. அவ்வாறு கிடைக்கும் ஆடை மிகச் சிறந்ததென்று நான் கேட்டிருக் கிறேன்!"

"இதை நீங்களே வைத்திருக்கலாமே!"

"துறவியாகிய எனக்கு இது எதற்கு? பலருக்கு நலம் செய்யும் உன்னிடம் இருந்தால் சிறந்த பயனை நீயும் அடைவாய்; உன்னால் பிறரும் அடைவார்கள் என்று எண்ணி உனக்கு வழங்குகிறேன்."

அதை ஆய் பணிவுடன் வாங்கிக்கொண்டான். தக்க இடத்தில் அதைச் சேர்த்துவிட்டோம் என்ற உவகையுடன் முனிவர் விடை பெற்றுச் சென்றார். பிறருக்குக் கொடுப்பது ஆயின் வழக்கமேயன்றி ஒருவரிடமிருந்து ஒன்றைப் பெறும் வழக்கம் அவன்பால் இல்லை. ஆதலின் முனிவர் கொடுத்த ஆடையை வாங்கிக்கொண்டாலும் அவன் உள்ளம் உறுத்திக்கொண்டே இருந்தது. அந்தப் புனித ஆடையை வைத்துக்கொள்ள அவன் விரும்பவில்லை. யாருக்கு அளிப்பது என்று ஆராய்ந்தான். கடைசியில் அவனுடையகுல தெய்வமாகிய சிவபிரானுக்கு வழங்க முடிவு செய்தான். மலைமேல் உள்ள கோயிலில் எழுந்தருளியிருந்த சிவபெருமானுக்கே ஆகுக என்று அளித்துவிட்டான். தவம் செய்து கிடைப்பதாகிய அந்த நீல ஆடையை வழங்கி இறைவனையும் தன்னிடம் கொடை பெற்றவனாக ஆக்கிவிட்டான் ஆய்.

இவ்வாறு விளங்கிய ஆய் அண்டிரன் பல காலம் புலவர் பாராட்டவும் மக்கள் மதிக்கவும் வாழ்ந்து இறைவன் திருவடி நிழலை அடைந்தான். அவனுடைய மனைவியரும் அவனுடன் தீப்பாய்ந்து உலக வாழ்வை நீத்தனரென்று தெரியவருகிறது.

அவனது பிரிவைத் தாங்காமல் புலவர்கள் துயரத்தால் வாடினார்கள். "பாடும் புலவர்களுக்குக் குதிரையும் களிறும் தேரும் நாடும் ஊரும் வழங்குவதில் சிறிதும் சளையாத ஆய் இன்று தன் மனைவியரோடு, காலனென்னும் கண்ணில்லாத கொடியவன் செலுத்த, மேலோருலகத்தை அடைந்தான். அவன் உடல் மறைந்தது. அவனால் நலம் பெற்ற புலவர்கள் தம் சுற்றத்தோடு பசியினால் வாடிப் பிறருடைய நாடுகளை நோக்கிப் புறப்பட்டுவிட்டார்கள்" என்று குட்டுவன் கீரனார் என்ற புலவர் பாடினார்.

முடமோசியார் இப்போது அழவில்லை. துயரம் எல்லைக்கு மிஞ்சிப் போய்விட்டது அவருக்கு. ஆதலின் பித்துப்பிடித்தவர்போல் ஆனார்; "அதோ கேளுங்கள். உங்கள் காதில் அந்த ஒலி விழ வில்லையா? இந்திரனுடைய அரண்மனையில் முரசு முழங்குகிறதே! ஆய் அண்டிரன் வருகிறான் என்று வச்சிரப் படையையுடைய இந்திரன் வாழும் நகரத்தில் அவனை வரவேற்க ஏற்பாடு நடைபெறு கிறது. வானத்திலே அந்த ஒலிதான் கேட்கிறது" என்று பாடினார்.

✸

நள்ளி

அவன் ஏழைப் புலவன். பல காலம் நல்ல உணவின்றி வாடிய சுற்றத்தோடு புறப்பட்டு வந்துகொண்டிருந்தான். கண்டீரம் என்ற நாட்டில் உள்ள தோட்டி என்னும் மலையைச் சார்ந்த வழியில் அவர்கள் நடந்து கொண்டிருந்தார்கள். புலவனது இடையில் அழுக்கு ஆடை இருந்தது. நடக்கமாட்டாமல் அவன் ஒரு பலாமரத்தடியில் அமர்ந்தான். மற்றவர்களும் அப்படியே உட்கார்ந்தார்கள்.

சிறிது நேரத்தில் வில்லும் அம்பும் உடைய வீரன் ஒருவன் வந்தான். செல்வம் நிரம்பிய வாழ்க்கையை உடையவன் அவன் என்பதை அவன் தோற்றம் கூறியது. அவன் புலவனையும் அவனைச் சேர்ந்தவர்களையும் கண்டான். அவர்கள் நிலையை ஒரு கணத்தில் உணர்ந்து கொண்டான். அவனைக் கண்டவுடன் புலவன் கையைக் குவித்துக்கொண்டே எழுந்தான். “அப்படியே இருங்கள்” என்று கையைக் கவித்து இருக்கச் செய்தான் வீரன். அவனுடன் வேட்டைக்கு வந்த காளையர்கள் இன்னும் வந்து சேரவில்லை, அதற்குள், அவனே தன் கையால் தீயைக் கடைந்து மூட்டினான். தான் கொன்ற மானின் தசையை அதிலே வாட்டிப் பதம் செய்து, “பாவம்! நீங்கள் மிகவும் பசியுடன் இருக்கிறீர்கள். இதை உண்ணுங்கள்” என்று கொடுத்தான். அந்தப் பசிக்கு அது அமுதமாக இருந்தது. புலவனும் பிறரும் வயிறு நிறைய உண்டார்கள். அவன் அருகில் இருந்த அருவியிலிருந்து நீர் கொண்டுவந்து அளித்தான். அதைக் குடித்துத் தாகம் போக்கிக் கொண்டார்கள். புலவன் அந்த வீரனிடம் விடை பெற்றுக்கொண்டான்.

அப்போது அவன், “உங்களைப் பார்த்தால் புலவரைப் போல இருக்கிறது. உங்களுக்கு மன்னர்கள் தக்க பரிசில்களை வழங்குவார்கள். காட்டுவாசிகளாகிய எங்களிடம் உங்களுக்கு வழங்கும் அணிகலன் யாதும் இல்லை. என் செய்வது” என்று சொல்லித் தன் மார்பில் அணிந்திருந்த சிறந்த முத்து மாலையைக் கழற்றினான். கையில் அணிந்திருந்த கடகத்தையும் கழற்றினான். அவற்றைப் புலவன் கையில் அளித்தான். புலவனுக்கு வியப்புத் தாங்கவில்லை. “நீங்கள் எந்த நாட்டவர்?” என்றுகேட்டான். அந்த வீரன் விடை

கூறவில்லை. "உங்கள் பெயரைத் தெரிவிக்கலாமோ?" என்று புலவன் கேட்டான். அதையும் சொல்லவில்லை. புலவன் அந்த வீரனது பரிவையும், கொடையையும் அடக்கத்தையும் எண்ணி வியந்தபடியே புறப்பட்டுவிட்டான். வழியிலே வந்தவர்களிடம் அடையாளம் சொல்லி, "அந்தக் குரிசிலை நீங்கள் அறிவீர்களோ?" என்று கேட்டான். அவர்கள், "அவன்தான் இந்தத் தோட்டி மலைக்குக் தலைவன்; கண்டீரக் கோப் பெருநள்ளி" என்றார்கள். அதைக் கேட்டு அயர்ந்து போனான் புலவன்,

இவ்வாறு ஓர் அழகிய வரலாற்றை அமைத்து வன்பரணர் நள்ளியென்னும் வள்ளலைப் பாராட்டி ஒரு பாடல் பாடியிருக்கிறார். அந்தப் புகழுக்கு உரிய நள்ளியென்னும் வள்ளல் கண்டீர நாட்டின் தலைவன். அந்த நாட்டில் முல்லை நிலமாகிய காடுகள் மிகுதி. அதனால் முல்லைநில மக்களாகிய ஆயரும் அவர்கள் காப்பாற்றி வரும் பசுமாடுகளும் அதிகம்.

காக்கைபாடினியார் என்பவர் பாடிய பாடல் ஒன்று குறுந் தொகை என்ற நூலில் இருக்கிறது. வெளியூர் போயிருந்த தன் கணவன் இன்னும் வரவில்லையே என்று ஏங்கிக் கொண்டிருந்தாள் ஒரு பெண்மணி. ஒருநாள் அவள் வீட்டில் காக்கை விடாமல் கத்திக் கொண்டிருந்தது. காக்கை கரைந்தால் உறவினர்கள் வருவார்கள் என்று சொல்வர். தன் கணவன் அன்று நிச்சயமாக வருவான் என்று நம்பி எதிர்பார்த்திருந்தாள் அவள். அவன் வந்துவிட்டான். அவளுக்குக் கரைகடந்த மகிழ்ச்சி உண்டாயிற்று

மறுநாள் அவள் தன் தோழியிடம், "அந்தக் காக்கை கரைந் ததைக் கேட்டு நம்பிக்கையோடு இருந்தேன். என் நம்பிக்கை பயன் பெற்றது. அப்படிக் கரைந்த காகத்துக்கு நான் என்ன செய்யப் போகிறேன்?" என்றாள்.

"நிறைய சோறு போடேன்" என்று தோழி கூறினாள்.

"சோறா? அது எம்மாத்திரம்? நள்ளிக்கு உரிய காட்டில் வாழும் ஆயர்கள் வளர்க்கும் பல ஆக்களின் நெய்யிலே, தொண்டியிலே நன்றாக விளைந்த சோற்றைக் கலந்து ஏழு பாத்திரத்தில் அது உண்ணும் படி அளித்தாலும் அது செய்த பேருதவிக்கு ஈடாகாதே" என்று நன்றியறிவுடன் அந்தப் பெண் கூறினாள்.

இவ்வாறு ஒரு காக்கை உதவி செய்ததாகப் பாடியதால் நச்செள்ளையார் என்று இயற்கையாகப் பெயர்கொண்ட அந்தப் பெண்புலவருக்குக் காக்கை பாடினியார் நச்செள்ளையார் என்று பெயர் நீண்டது. அந்த அழகிய பாட்டில் அவர் நள்ளியையும், அவனுடைய காட்டுவளத்தையும் அங்கே வாழும் ஆயர்களையும்,

அவர்கள் வளர்க்கும் பசுக்களையும், அவற்றால் கிடைக்கும் நெய்யின் வளப்பத்தையும் பாராட்டியிருக்கிறார்.

பெருந்தலைச் சாத்தனார் என்னும் புலவர் ஒருமுறை கண்டீர நாட்டுக்கு வந்தார். நள்ளியின் அரண்மனையில் புகுந்தார். அங்கே ஓரிடத்தில் நள்ளியின் தம்பியாகிய இளங்கண்டீரக் கோவும், விச்சி மலைக்குத் தலைவனாகிய குறுநில மன்னன் தம்பி இளவிச்சிக் கோவும் பேசிக்கொண்டிருந்தார்கள். புலவர் போன போது இருவரும் எழுந்து நின்று மரியாதை காட்டினர். புலவர் நள்ளியின் தம்பியைத் தழுவிக்கொண்டு, "நன்றாக இருக்கிறாயா தம்பி?" என்று அன்போடு கேட்டார். ஆனால் விச்சிக்கோவின் தம்பியைத் தழுவவில்லை.

இது கண்டு வருந்திய அவன், "புலவரே, நீர் இவரை மட்டும் தழுவிக் கொண்டு என்னைத் தழுவாமல் இருக்கிறீரே! ஏன்?" என்று கேட்டான்.

"இவன் குல முதல்வர்களும் இவன் தமையனும் இவனும் கொடையிற் சிறந்தவர்கள்; பாடும் புலவர்களுக்குப் பரிசில் தருபவர்கள். வீட்டில் ஆடவர் இல்லையானாலும் பெண்கள் பெண் யானைகளை அலங்காரம் செய்து வழங்குவார்கள்; 'அவர் இல்லை; பிறகு வாருங்கள்' என்று சொல்வதில்லை. அந்தக் குலத்தில் பிறந்த வனாதலின் இவனைத் தழுவினேன். நீயோ நன்னன் வழி வந்தவன். புலவர் வேண்டுகோளைப் புறக்கணித்து முறையின்றிப் பெண்ணைக் கொன்று பழி பூண்டவன் அவன். பாடும் புலவர்கள் வந்தால் உங்கள் வீட்டுக் கதவு மூடியிருக்கும். இந்தக் காரணங்களால் புலவர் கூட்டமே உங்களைப் பாடுவதை விட்டுவிட்டது" என்று விடை கூறினார் புலவர். அந்தக் குமரன் என்ன செய்வான் பாவம்! முகம் கவிழ்ந்தான்,

இவ்வாறு வழி வழி வந்த வள்ளன்மையினால் விளக்கமுற்றவன் நள்ளி. தன் பெயர் வெளியில் தெரியாமல் உதவி புரிபவன்: வல்வில் வீரன். ஏழு பெரு வள்ளல்களில் ஒருவனாக அவனை இன்றும் தமிழுலகம் பாராட்டி இன்புறுகிறது.

✸